मानवी नातेसंबंधांचा पैस
विस्तारू पाहणाऱ्या कथा !

वंदना भागवत

डायमंड पब्लिकेशन्स

शिट्टी
वंदना भागवत

Shitti
Vandana Bhagwat

प्रथम आवृत्ती : एप्रिल २०१६

ISBN : 978-81-8483-666-0



मुखपृष्ठ
संदीप देशपांडे

अक्षरजुळणी
शब्दमाधुरी (चेतना वडके), मोबाईल : ९८९०९८४९२७

प्रकाशक
डायमंड पब्लिकेशन्स
२६४/३ शनिवार पेठ, ३०२ अनुग्रह अपार्टमेंट
ओंकारेश्वर मंदिराजवळ, पुणे-४११ ०३०
☎ ०२०-२४४५२३८७, २४४६६६४२
info@diamondbookspune.com

ऑनलाईन पुस्तक खरेदीसाठी भेट द्या
www.diamondbookspune.com

प्रमुख वितरक
डायमंड बुक डेपो
६६१ नारायण पेठ, अप्पा बळवंत चौक
पुणे-४११ ०३० ☎ ०२०-२४४८०६७७

" I believe that the truth about any subject only comes when all sides of the story are put together, and all their different meanings make one new one. Each writer writes the missing parts to the other writer's story. And the whole story is what I'm after."

— Alice Walker

आणि

जात, वर्ग आणि लिंगभावाला कवेत घेत,
करुणेतून जगाकडे बघणाऱ्या
'निळ्या डोळ्यांची मुलगी'ला स्नेहपूर्वक...

# अनुक्रम

१. शोध / १

२. भूगोलाचा पेपर / १९

३. शिट्टी / २८

४. प्रेमशब्द / ३९

५. परफेक्ट इलाज / ४७

६. इशरत / ६०

७. नरेंद्र कॉलिंग नरेंद्र / ७७

८. मिताची रामप्यारी / १०५

९. विस्मृतीचा स्पर्श / ११७

# शोध

महाविद्यालयाच्या ग्रंथालयात बसून तिनं बाहेर नजर टाकली. दुपारचे दोन वाजले होते. सकाळी आठ वाजल्यापासून ती वाचत बसली होती. शेकस्पिअरच्या As You Like It नं मजा आणली होती. शेकस्पिअरच्या सुखात्मिका थोरच. शोकांतिका सगळ्यांनीच नावाजलेल्या; पण सुखात्मिकेत जी आयुष्याची लय तो पकडतो त्याला तोड नाही. आपण जगत राहतो आणि म्हणूनच शोकांतिकांना पार्श्वभूमी मिळते असं सुखात्मिकेतली पात्रं म्हणतात, असं तिला नेहमी वाटायचं. परीक्षा तोंडावर आलेली. तेव्हा घरातल्या दोन खोल्यांमधला जाताजाता जमेल तसा, मुलगी म्हणून करायची सर्व कामे करत आणि सर्व हस्तकौशल्ये अवगत करत, केलेला अभ्यास पुरणारा नव्हता. तिला टी. एस. एलियटनं झपाटून टाकलेलं. 'Let us go then you and I, When the evening is spread out against the sky, Like a patient etherized upon a table...' तिलाही तिचा असाच दुभंग झाल्यासारखं वाटायचं. तिचं ग्रंथालयातलं पुस्तकांचं जग आणि घरातलं हे जग. तिला तिरपटून टाकणारं. आईला ते पटणं अवघड होतं. स्थळ सांगून आलंय. चांगला इंजिनियर मुलगा आहे. आता तुझं लग्न झालं नाही तर पुढे दहा वर्षं होणार नाही, असं पत्रिका म्हणते आहे. गुरुजींच्या ओळखीतलंच घर आहे. या तालावरची भुणभुण तिचं बी. ए. होत आल्यानं चालूच होती. साखरपुडे-लग्नं-डोहाळेजेवणी-बारशी-मुंजी-साखरपुडे-लग्नं, यालाच कृतार्थ आयुष्य म्हणणाऱ्या बायांपैकी तिची

आई. ती महाविद्यालयात नक्की काय काय करते आहे याचा फारसा स्पर्श तिला नव्हता. वडील सरकारी नोकरी सांभाळत, रेडिओवर किशोर, लता, आशा, उषा ऐकत सुखाने जगायचे. एक अव्याहत शरीर सांभाळणे. ती ग्रंथालयात असली की या सगळ्याची कमालीची खंत वाटायची आणि मग अधाशासारखी ती पुस्तकं वाचत राहायची. शरीर महत्त्वाचं. आई निगुतीनं डबा तयार करून द्यायची. अभ्यास करत शरीर सुकवते म्हणून. भाजी-पोळी, गूळ-तूप, काकडीची कोशिंबीर वगैरे. ती थंडपणे डबा परत न्यायची आणि संध्याकाळी पाटावर बसून डबा खायची. आई कळवळायची. चिडायची. नको गं असा सकाळचा गारढोण डबा खाऊ. ताजं खा. निदान गरम करून देते. ती खात राहायची. डबा महत्त्वाचा. कारण शरीर महत्त्वाचं. कारण ती लग्नाला आलेली मुलगी. कशी टवटवीत दिसायला हवी. हे आईचं चिंतेचं खरं कारण. तिला संताप यायचा. बाजारात रस्त्यावर उभी असल्यासारखी वाटायची. प्रत्येक अवयव रसरशीत आहे ना? याची तपासणी करणारे भोवताली आहेत असं वाटायचं. ते असायचेच खरं तर. लग्न-समारंभात नजरा असायच्याच भोवती. लग्नाला आलेली म्हणून. त्यामुळे खास नटायची तिला शिसारी. आईचा आग्रह नटवून न्यायचा. भीषण. तिनं सर्व समारंभांवर बहिष्कार टाकला. गौरी देशपांडे हलचल माजवत असणारा काळ. 'कारावासातून पत्रे' केवळ शरीरातून होणाऱ्या स्रावांना मी प्रेम म्हणत नाही, असं सांगणारी. आपल्या भोवताली सगळेच नुसतेच स्राव असं वाटायला लागलेलं. तिरमिरून नाकारावंसं वाटलं तरी भोवताल सगळाच त्या स्रावांची चैथळ. 'दाटून कंठ येतो...' नाहीतर 'केशवा माधवा...' नाहीतर 'जिंकू किंवा मरू...' आई हमखास रडायची. दरखेपेला. दाटून कंठ येतो... लागलं की. तिनं वैतागून पुस्तक मिटलं.

समोर बसलेल्या मुलाकडे तिचं प्रथमच लक्ष गेलं. तोही सकाळपासून वाचत बसला होता. मनगटातला लाल दोरा आणि गळ्यातला काळा गंडा दोन्हीही विटक्या रंगात त्याच्यावर विसावले होते. तो कंपलसरी इंग्लिशच्या शेकस्पिअरशी झटापट करत होता. तिनं विचारलं, ''चहा प्यायला येणार?'' तो दचकला. बहुतेक झोपेच्या तारेत असावा. नको. ती क्षणभर वैतागली. त्यानं नको का म्हणावं? झोप येते आहे तर? ''चला ना. मलाही झोप येतेय. चहा पिऊन येऊ.'' तो तिच्या वर्गात होता असं कंपलसरी शेकस्पिअरवरून दिसत होतं. – Now my co-mates & brothers in exile, Hath not old custom made this life more sweet, than that of painted pomp? Are not these woods more free from peril, than the envious courts? त्याच्या राज्यातून पदच्युत झालेला ड्यूक

विचारत असतो. 'ॲज यू लाईक इट' वाचलं तेव्हा तेव्हा ती रोझलिंडच्या प्रेमात पडली होती. तिला आर्डनच्या जंगलाची अतोनात गरज वाटत होती. म्हणूनच कौटुंबिक समारंभातून दूर ग्रंथालयात ती खूश होती. कोणी ओर्लन्डो भेटला तर त्याच्याबरोबर कोणत्या जंगलात जायचं? केवळ शरीरातून होणाऱ्या स्रावांना मी प्रेम म्हणत नाही, असं सांगता येणारा ओर्लन्डो शोधायचा तर रोझलिंडसारखे वेषांतर करून गॅनिमीडच व्हावे लागेल बहुतेक.

चहा पिताना तिनं त्याला विचारलं, ''कंपल्सरी इंग्लिशचा अभ्यास करत होता?'' तिला जाणवलं त्याचं सुकलेलं शरीर. पूर्ण बाह्यांच्या शर्टातून डोकावणारी त्याची मनगटं तिच्या मनगटांच्या निम्म्यानं दिसत होती. तशी बरीच मुलं होती तिच्या वर्गात. पुण्याच्या आसपासच्या गावांतून आलेली. दुपारचे तीन वाजलेले. कलाशाखेची सद्दी संपून विज्ञान शाखेची गर्दी कॅन्टीनमध्ये वाढायला लागलेली. ही सगळीच जनता अगम्य भाषेत बोलत असायची. शिवाय त्यांचा त्यांच्या वस्तुनिष्ठ सिद्धतेच्या ग्रहावरून आल्याचा आत्मविश्वास आणि आनंद अवर्णनीयच असायचा. तिनं चहा आणला. तो पुस्तकातच डोकं घालून बसला होता. फक्त ते गाईड होतं. ॲज यू लाईक इट चं. संदर्भासहित स्पष्टीकरणाची वाक्यं. जॅक्स चं All the world is a stage... तिनं त्याला विचारलं, ''तुम्ही नव्हता ना कंपल्सरी इंग्लिशच्या तासाला आज?'' तो काहीसा ओशाळला, ''हां. नव्हतो. म्हंजे मी नसतोच. ते काय कळत नाही. शेकस्पिअर वगैरे. आधी इंग्रजी समजत नाही. आमच्या गावात कधी कोणी शिकवलं नाही. शेकस्पिअर बोलतात सगळे मोठा म्हणून, पन आपल्याला काय समजत नाही.'' ''पण मग अभ्यास कसा करणार?'' ''पाठ करायची उत्तरं. कोनतापन प्रश्न आला तरी ठोकायची गोष्ट.'' तो हसला. तीही हसली. ''मी घरी तसंच करते. आईनं काहीही विचारलं तरी पोळी-भाजी कर म्हणते.'' तो हसला. ''तुम्ही कुठून आलात? की पुण्याचेच?'' ''नाही. मी उकसानचा. शिरूरपासून २५ मैल आत. बससाठी धा मैल चालत यावं लागतंय. नायतर मग एखादा जानारा-येनारा गाठायला लागतोय.'' ''हे नाटक छान आहे पण. मला आवडलं. ते जीवनविषयक बोलणारे बोलत राहतात. मारामाऱ्या करणारे मारामाऱ्या करत राहतात. राजकारणाची धूम चालूच राहते. त्यात नायिका तिला पाहिजे तसा प्रेमाचा अर्थ वदवून घेऊन नायकाला प्रेम करायला शिकवते. मस्तच.'' तो संकोचून चहा पीत राहिला. तिला शेकस्पिअरवर मराठीतून बोलता आल्याचा प्रचंड आनंद होऊन ती बोलत राहिली. लिहिण्यात तिचा कोणी हात धरला नसता. कारण ऐकणारा समोर नसायचा. बोलायचं तर समोरच्याला कळलं पाहिजे त्याक्षणीच, याचं ओझं

असतं. त्यातून अडसर अनेक. सगळ्यात मोठा म्हणजे आपल्याशी नातं सांगणाऱ्या गोष्टीला आपल्या भोवताली बघता न येणाऱ्यांचे; खरं तर ते दिसूनही गोष्टीला आपली म्हणता न येणाऱ्यांचे. वर्ग इंग्रजी माध्यमातल्या फाडफाड इंग्रजीनं भरलेला. पण त्यांना रोझलिंड तिकडे आर्डनच्या जंगलातच दिसत होती. तिला ती आंबील ओढा वसाहतीतही दिसली असती. शेवटी सत्ता-समारंभांच्या डामडौलातून बाहेर फेकली गेलेली, त्याच्याशी लढणारी आयुष्यं कुठेही बघता येतातच की. म्हणूनच तिला तो मेंढपाळ भयंकर आवडायचा. दरबारी विदुषकाला सुनावणारा. यालाही आवडेल तो खरंतर. पण तो त्या शब्दांपर्यंत पोहोचणार कधी? आपण कसे पोहोचलो? तिनं चहाचा कप खाली ठेवला. तो काहीसा अवघडून तिचा चहा संपण्याची वाट बघत होता. तिनं आईनं दिलेला डबा उघडला. त्याच्यासमोर ठेवत तिनं पोळीचा तुकडा मोडला. '' घ्या ना.'' तो आणखीनच अवघडला. ''तुम्ही मराठी स्पेशलचे ना?'' ''हो.'' ''तुम्ही बी. ए. नंतर काय करणार?'' ''मी स्पर्धा परीक्षांना बसतोय. इंग्रजीनं वात आनलाय. इंग्रजी सोडवता आलं तर खरं.'' ''सारांश लिहा. काय प्रॉब्लेम नाही.'' म्हणत दोघेही हसले.

आज तिनं कधीच न बघितलेली पुस्तकांची कपाटं बघायची ठरवलं. महाविद्यालयाचा ग्रंथपाल तिचा मित्रच. पाठ्यपुस्तकांसाठीच्या गर्दीच्या वेळा सोडल्या तर ग्रंथालयात ठिय्या देऊन बसणारी ती दुर्मीळच होती. आज ती मराठी साहित्याची पुस्तकं पाहत मर्ढेकरांपर्यंत पोहोचली. टी.एस. एलियटमुळे मर्ढेकर घेण्याचा मोह झाला. त्याचा 'जर्नी ऑफ द मजाय' आणि मर्ढेकरांची 'हासडल्या तुज शिव्या कितीही तुझ्याच पायी आलो लोळत.. मनात' तुलना करत होती. विकत घ्यायला हवेत खरंतर मर्ढेकर. पण तिच्या अभ्यासाच्या पुस्तकांत मर्ढेकर आणायचं राहून जात होतं. एलियटची कविता वाचायची म्हणजे ओसाडीतून सुकलेल्या घशानं सूक्तं म्हणत, डोळ्यांत कचकचणारी वाळू साहत, घंटानादाचे आभास सांभाळत अखेरीस वेदानातिशयानं शरणागत होणं, आधाराचे आभास पकडण्याचा प्रयत्न करणं... त्याच्यापासून काहीसं दूर उभं राहत हे पाहता यायचं. ती रात्रीतून उठून एलियटचं ॲश वेन्सडे वाचताना आईनं संतापून दिवा घालवला होता, झोप आता म्हणत. हे असं आपल्या भाषेपासून दूर जाणं काहीसं सुखावहही वाटत होतं. तिच्या सगळ्या कौटुंबिक गलबल्याच्या बाहेर. पण तिनं आज मराठीच पुस्तकं वाचायची ठरवली होती. मर्ढेकर बाहेर ओढले तसे त्याला लागून असलेलं एक पातळसं पुस्तक तिच्या हातात आलं. कवितासंग्रह. 'आसुस' नावाचा. कवीचं नाव 'चारू'. चारू? कधी ऐकलं नव्हतं. टोपणनाव असावं काय? बाई की पुरुष?

तिनं पानं चाळली. माहिती नाही हे बरंच. तिनं पुस्तक घेण्यासाठी तिचं ओळखपत्र काढलं. लायब्ररियन दाढीतल्या दाढीत म्हणाला, ‘‘कुठं मिळालं हे पुस्तक तुला? तूच पहिली हे वाचणारी. इथे येऊन त्याला पंचवीस वर्षं झालीत.’’ बापरे! पंचवीस वर्षं एखादं पुस्तक पडून राहतं, कोणीही न वाचता? म्हणजे मग ते आहे कसं म्हणायचं? शब्द आहेत पण वापरलेच नाहीत तर त्यांना अर्थ राहील? शिवाय एवढा कागद करायचा तर त्यासाठी झाडं तोडली जाणार. मग त्यावरच्या सृष्टीप्रेमाच्या कविता वाचल्याच नाहीत तर ते सृष्टीप्रेम म्हणायचं कसं? ‘‘किती पुस्तकं आहेत आपल्या लायब्ररीत?’’ ‘‘एक लाख दहा हजार चारशे अडतीस.’’ त्यानं विजयी मुद्रेनं सांगितलं. त्याला इतका ठाम माहिती असणारा आकडा आजवर सांगायची संधी मिळाली नसावी. ‘‘किती पुस्तकं वाचली जातात दरवर्षी?’’ ‘‘दरवर्षी? गेल्या दहा वर्षांत १०% सुद्धा पुस्तकं वाचली गेली नसणार. तुला माहितीच आहे की, तुम्ही पोरं किती वाचता ते.’’ तिला भयंकर अस्वस्थ वाटलं. अशा अनेक ग्रंथालयांतली ९०% न वाचली गेलेली पुस्तकं म्हणजे केवढा हा भार! कशासाठी लिहायची पुस्तकं? इतकी भिंतभर कपाटं. त्यातली ऐटीत बसलेली पुस्तकं वर्षानुवर्षं तशीच राहतात? काचेच्या पेटीतल्या राजकन्येसारखी? ग्रंथपालानी तिच्याकडे काहीशा अजिजीनं पाहिलं. सैन्यातून पळून आलेल्या सैनिकासारखं. नाही परवडलं ते युद्ध... नाही बघवलं... म्हटल्यासारखं. तिनं त्याला मोकळं करण्यासाठी म्हटलं, ‘‘याला आपण ग्रंथालय म्हणायच्याऐवजी पुस्तकांचे अनाथालय म्हणू या. नाहीतर कुठं गेली असती ही सगळी?’’ ती हसली. ग्रंथपालही हसला.

तिला पुस्तकं इतकी आवडायची, की आवडलेलं पुस्तक परत करताना जीवावर यायचं. रस्त्यावर विकायला बसलेली पुस्तकं तर तिला किती गुंतवून ठेवायची. विशेषतः पावसाळ्यात लकडी पुलावर प्लॅस्टिकच्या कागदाखाली कोपरे मुडपून, अंग चोरून पडलेली पुस्तकं तर तिला भयंकर त्रासदायक वाटायची. घरी घेऊन यावीत सगळी. का ती अशी रस्त्यावर यावीत? पावसाळ्यात तरी निदान त्यांना घर मिळावं ना. ती चडफडायची. पण तिच्याकडे पैसे कायमच मोजके. घरी सदैव चणचण. शिवाय जागेचा प्रश्न वेगळाच. नवऱ्याच्या घरी जाताना पुस्तकं नेणारेस का? आमच्या घरात आधीच जागा नाही. आई सहज सांगायची. नवराही तसंच म्हणाला तर? मग तिच्यासाठी आणि पुस्तकांसाठी हक्काची जागा कोणती? ती पुस्तकांकडे बघून मग आणखीनच कळवळायची. तिला स्वतःलाच पुस्तक झाल्यासारखं वाटायचं. इतकं वेगळं काय काय लिहिलेलं. आणि ते लिहिलेलं तसंच पडून राहिलेलं. ग्रंथपाल म्हणाला, ‘‘इतकं वाईट वाटून घेऊ नकोस. सगळीकडं

हेच चित्र आहे. कोण वाचतं अलीकडे? गाईड्स मिळाली की पुरे.'' पण गाईड्सच नसतील तर तो मुलगा पास कसा होईल? तिला आठवलं. ती पुन्हा खंतावली. खरं आहे. पण शेकस्पिअर आणि त्याचं गाईड आणि त्यावरची परीक्षेतली प्रश्नोत्तरे यात नेमकं काय सापडलं? सायकलवर बसताना तिनं डोकं झटकलं. सगळ्याच शब्दांमधून काही ना काही हाती लागतंच. असं हट्टानं स्वतःशीच म्हटलं की तिला शांत वाटायचं. शोध घ्यायची विजिगिषा अभेद्य राहायची. तिला जबाबदारीच वाटायला लागली, इतक्या वाचल्या न गेलेल्या लेखकांना वाचायची. त्यांची कशी दखल घेता येईल? बहुतेक दैवेच्छा असावी. नाकारलेल्यांना भेटायची. नाहीतर मग मर्ढेकर घेता घेता चारू हाताशी का यावा? ती हसली. अशी शिळा होऊन पडलेली पुस्तकं तिच्या वाचनस्पर्शाची वाट पाहत होती हे भलतंच सुखावणारं. तिला एकदम मोठं आणि जबाबदार झाल्यासारखं वाटलं.

घराचा जिना चढताना तिचे पाय जड झाले होते. कोणाच्या तरी भाचीच्या साखरपुड्याला मामी येणार होती. म्हणजे मग तिची मामेबहीण, मामीची बहीण वगैरे. स्वयंपाकघरात चार दिवस जाणार. तुळशीबाग, लक्ष्मी रोड यथास्थित. त्या इंग्रजी लेखिका कशा राहायच्या एकट्या? अशा भलभलत्या नातेवाइकांचं मनोरंजन करावं लागायचं नाही? हसतमुखानं खाद्यपदार्थांच्या कृती आणि प्रात्यक्षिकं करत दिवसन्‌दिवस घालवायला लागायचे नाहीत त्यांना? एमिली डिकिन्सन, जेन ऑस्टिन, ब्रॉन्टे भगिनी, जॉर्ज एलियट सगळ्याच बाया कशा राहिल्या एकट्या? आपल्याकडे एकटं राहायची भीतीच वाटते बहुतेक. असा नातेवाइकांचा गलका झाला की एकटेपणा संपवण्याचीच घाई झालेली असायची सगळ्यांना. लग्न कधी करणार? एवढ्या एकाच मुक्कामी ते भय संपायचं. लग्न या शब्दाचा अर्थ काय? सोबत हवी असेल तर शरीरापलीकडचा संवाद नको? संवाद होतो? विश्वासानं? मतभेदसुद्धा विश्वासातून व्हावेत. तसे होतात? व्हायला हवेत. शब्दांच्या त्या सच्चेपणापर्यंत पोहोचायची आस हवी.

रात्री तिनं चारूचं पुस्तक उघडलं. त्या कविता जुन्या काळात रुजलेल्या होत्या हे खरंच; पण त्यांचं जग भलतंच खरं होतं. त्यातल्या जगाविषयीची चारूची ओढही खरी होती. त्याचा रुजलेपणा तिला खूप आवडला. विशेषतः शहरात राहताना अपरिहार्य होत चाललेला बकालपणा, ओसाड होत चाललेली मनं, दुःख स्पर्शणार नाही असा कोरडेपणा हे सगळं विसरायला लावणारी नितळ कविता होती ती. त्यात एक छुपी वेदना होती. तितकीच सच्ची. त्या वेदनेतून कवितांना अगदी अनाघ्रत नितळता मिळत होती. असा अनुभव फार थोड्या लेखनातून मिळायचा.

कसा आला हा नितळपणा? वर्डस्वर्थसारख्या कवींनाही कविता पाडण्याचा कंटाळवाणेपणा सोडता आला नव्हता. पण चारूच्या कवितासंग्रहात एकही कविता 'नको होती लिहायला' अशी नव्हती. कशातून आली असेल ही अटळता? प्रत्येक कवीचा सच्चेपणाचा आपला आपला अनुभव असतो. शब्द सोलत गेलो तरी गंधाची एक नक्की खूण असते. दिसली नाही तरी. तो गंध होता. तिच्या मागच्या पिढीतला. ती कदाचित आज निर्माण करू न शकणारा. आणखीही एक सुप्त आकर्षण होतं त्यात. एलियट, मर्ढेकर लिहीत होते त्याच काळात हा इतकी सहज सोपी कविता लिहीत होता. भावविवश असूनही ती आपल्याला भिडत होती. हे काय घडत असावं? त्यातल्या अनामिक वेदनेतून हे घडत असावं काय?

तिची मामेबहीण तिच्याजवळ झोपली होती. ''काय वाचत होतीस मगाशी?'' ''कविता.'' तिनं जरासं तोडून टाकलं. ''आई म्हणते तू मेडिकलला जायला हवं होतंस.'' ''का?'' ''डॉक्टर झाली असतीस तर तुला पैसे मिळाले असते.'' मग? ''मग काय? कविता वाचून काय मिळणार?'' तिच्या मनात त्या कवितेची झुळझुळ चालू होती. तिचं लहानपण अशाच लहान गावातून गेलेलं. त्यातली भावविवशता सोडली तरी आत खोलवर काहीतरी रुजलं होतं. शब्दांवर विश्वास ठेवायला लावणारं. ते तिच्या आतही काही रुजलेलं थरथरत होतं. तिनं पाठ फिरवली. डोळे मिटले. ती कविता तिच्या मनात झुळझुळ वाहत राहिली.

नसेल माझी नदी गंगेसारखी विशाल पण ती आहे.
ती असते. झाडाझाडांतून झेपावते.
माझे पाय शोधत तिची ओल मला साद घालते.
मी मला तिच्या अधीन करतो, तिच्या तरंगांच्या लडीत.
तिच्या काठावर ओणावलेल्या झाडांच्या वाकळीत ती मला लपेटून घेते.
आंजारते, गोंजारते आणि मला तिच्या पोटाशी धरते.
कदाचित हे माझेच भास. तिला माहितीही नसते माझे असणे.
माझे असणे म्हणजे तिच्या प्रवाहात वाहात चाललेली एक डहाळी,
एखादा मेलेला प्राणी, थकल्या पंखांसकट गळून पडलेला पक्षी.
ती नदी आहे. ती असते. तिचे असणे आपण किती गृहित धरलेले असते!
आईच्या असण्यासारखे!

ती डुंबत होती त्या नदीत. तरंगलीदेखील तुटलेल्या डहाळीसारखी. तिला

दिसली तिच्या हातातून वाहात गेलेली कळशी. पलीकडे कपडे धूत असलेल्या आईपाशी. तिनं सकाळी उठल्यावर आईला विचारलंही, तिला माहिती होता का चारू नावाचा कोणी कवी म्हणून. पण ती आणि मामी त्यांच्या गप्पांतच रंगलेल्या. तिनं ठरवलं या चारुला शोधलं पाहिजे. कविता नुसत्या वाचून पुरणार नाही. शिवाय त्यानंही या पुस्तकासारखं पडून राहिला नकोय. कवितेच्या पुस्तकावर कोल्हापूरच्या प्रकाशनाचा पत्ता होता. ते प्रकाशन अजूनही चालू असेल का ते बघायला हवं. मोठे, नामवंत कवी का लिहितात आणि कसे लिहितात हे वाचायला मिळतं. पण अगदी साधी सोपी पण सच्ची भावना घेऊन लिहिणारा एखादा कवी का लिहितो आणि का थांबतो, यावर तिच्या जगण्याचा अर्थ अवलंबून असल्यासारखं तिला वाटलं. आपल्याला आपलं रुजलेपण सापडत नाही. निःशंक मनानं हे आपलं म्हणता येत नाही हे काय असावं? वाढत चाललेल्या शहरांमधून आधुनिक साहित्यातला तुटलेपणा, परस्थपणा एक अपरिहार्य अवकाश घेऊन ठाकतो. आपणही त्या ओसाडीत भटकत राहतो. ती ओसाडी खरीच. पण घशाला सुकवत जाणाऱ्या, ओठांना भेगा पाडत जाणाऱ्या या विषण्णतेवर उपाय काय? तडफड होत राहते सतत. एक तरी विश्वासाचा बिंदू मिळावा ज्याच्यातून एक एक थेंब गळत राहील ओलाव्याचा.

चारू सांगत होता–

या कविता माझे आत्मचरित्र आहेत.
माझ्या अस्तित्वाची निशाणी फक्त यातच. दुसरीकडे नाही.
जसा डोंगर असतो, जशी नदी असते, तशी माझी कविताही असते.
तिच्या असण्याला दुसरे कोणतेही आधार नाहीत.
माझ्या आजीसारखी आहे ती. तिला कोणाचाच आधार लागायचा नाही.
ती नदीला तिची दुःखं सांगायची आणि डोंगरांशी भांडायची.
माझ्या असण्याला तिथे तळ गवसतो. मी माझ्या आजीचा हात धरतो.
ती सांगते मला तिची ओवी. इथल्या जमिनीवर उमटलेली.
तिच्यात असतात सगळे कवी दडलेले.
ज्ञाना–तुक्यापासून ते आजच्या पौर्णिमेच्या चंद्रापर्यंत.
माझी आजी म्हणजे एक अव्याहत भूमी ! सर्वांना वावरण्यासाठी.
ओवीइतकीच शिवीही सहजपणे देणारी लेकरासाठी.
'होतंय सारं लेका' म्हणत उद्याचा भरवसा देणारी.

प्रकाशनाची तारीख होती ११ जुलै १९४५. त्यावेळेस चारू अगदी २० वर्षांचा मानला तरी त्याचा जन्म १९२५चा. पण मग दुसरं महायुद्ध, स्वातंत्र्यलढा,

कशाचेच उल्लेख कसे नाहीत त्याच्या कवितेत? साठीच्या आसपास असणार आता जिवंत असेल तर. ती जराशी इरेलाच पडली. शोध घ्यायला हवा. चारूशी बोलता यायला हवं.

तिनं फोन फिरवला.

"हॅलो, मी चारूशी बोलू शकते का?"

"कोण चारू ?"

"बहुतेक टोपणनाव असावं. माझ्याजवळ त्यांचा 'आसुस' नावाचा कवितासंग्रह आहे."

"एक मिनिट हं. बोलावते. "

"कोण बोलतंय? एक खरखरीत कोरडा आवाज आला. आवाजाची प्रतिमा भंगली."

"मी मेघना बोलतेय. मी तुमचा आसुस कवितासंग्रह वाचला. "

"बरं. "

"मला कविता खूप आवडल्या. "

"पुढे?"

"त्या कवितांबद्दल तुमच्याशी बोलायला आवडेल. "

"कशाला? कविता पुरेशा आहेत. "

"मला तुम्हाला भेटायचं आहे. "

"कशासाठी?"

"आपल्या मनात एक गाव असतं. आपलं ते प्रतिबिंब असावं असं. आपण आणि गाव एक असावं असं आपल्याला नेहमीच वाटत राहतं. ते घडत नाही. किंवा क्वचित घडतं. तुमच्या कवितांमध्ये ते घडलं आहे, असं वाटतं. ते कशामुळं?"

"कविता वाचा. तेवढं पुरेसं आहे. "

"मला तुमच्याशी तुमच्या गावाविषयी बोलायचं आहे. "

"कवितेशी बोला." असं म्हणून त्यानं फोन ठेवला.

तिला अचानक दमल्यासारखं झालं. स्वतःचं तुटलेपण संपेल असं काहीसं वाटत असताना त्यानं जोडून घ्यायलाच नकार दिला. ती पुस्तकाकडे बघत विमनस्क बसून राहिली. तापलेल्या जमिनीवर पाण्याचा एक थेंब पडावा आणि बघता बघता शोषला जावा. त्याचा डाग राहावा. पाण्याचा न वाटणारा. नुसताच स्पर्श व्हावा. त्वचेला हुळहुळ जाणवत राहावी; पण स्पर्श दाखवता येऊ नये. असं काय असतं की तो स्पर्श दिसतो? सुट्टी लागली. तिनं चारूचा पत्ता मिळवला होता. ठरवलं

जाऊन थडकायचं. तो भेटायला का तयार नव्हता?

एसटीतून उतरून गावाच्या रस्त्याला लागण्याआधी चहा प्यावा म्हणून ती रस्ता ओलांडून चहाच्या टपरीत शिरली. रस्त्यात येणारी कुत्री, भीक मागणारी पोरं ओलांडून जाईपर्यंत एक माणूस तिला आडवा आला. एक जुनकट पँट, अर्ध्या बाह्यांचा शर्ट आणि खांद्यावर झोळी घेतलेल्या त्या माणसानं तिच्यासमोर हात पसरला. तिला नवल वाटलं. तो पैसे मागत होता?

तिनं त्याच्याकडे बघत म्हटलं, ''भजी खाणार?''

''तुमच्याकडेही पैसे नाहीत ना? हिलस्टेशनवर माणसं येतात. मजा करतात. पण त्यांच्याकडे पैसेच नसतात हो.'' म्हणत तो हसला. टाळीसाठी हात पुढे केला.

''माझ्याकडे पैसे आहेत. पण मी शक्यतो खायला देते.'' ती म्हणाली.

''वा! माझ्याकडे पैसे आहेत असं म्हणणाऱ्या तुम्ही पहिल्या भेटलात मला. खरं बोलणाऱ्या. ''

तो माणूस नक्की कशाचा भुकेला होता? बोलण्याचा? शब्दांचा? तिला कोणी बोलणारं भेटलं तर हवंच होतं. चारूचा पत्ता विचारता आला असता.

''आपण भजी खाऊ. मला एक पत्ता हवा आहे. इथलेच आहात ना तुम्ही? मला पत्ता सांगाल?''

''पत्ता सांगण्यासाठी मी भजी मागत नाही. पत्ता मी तसाही सांगीन तुम्हाला. फक्त चांगुलपणा म्हणून. ''

''मी तुम्हाला भजी खायला बोलावते आहे ते चांगुलपणा म्हणून असं समजा. ''

''वा. इतकी साधी देवाणघेवाण बरेच दिवसांनी झाली. ''

तिनं दोन प्लेट भजी मागवली. चहा मागवला. ती कुठलातरी प्राचीन कवी शोधत होती. तसा हा दमलेला म्हातारा काय शोधत होता? वरवर पाहता सगळं चमत्कारिक वाटत होतं. पण त्याची बोलण्याची ओढ कुठेतरी तिला आपली वाटत होती. कोणीतरी बोलायला मिळावं यासाठीचं भटकणं होतं का ते? शब्दांचा अर्थ वाटून घेता यावा असं वाटणारं? अनेकदा तिलाही रितं वाटायचं. शब्द गळून जायचे. रात्री झोपताना उद्याच्या सर्व कामांची उजळणी करून झोपली तरी अनंत काळात भरकटल्यासारखं व्हायचं. गजर लावला तरी वेळेचा अन्वयार्थ लागायचा नाही.

भजी आली. दोघांनीही न बोलता संपवली. त्याला खाण्याचीही भूक असावी. चहा आला. दोघांनी चहा संपवला. बाहीला तोंड पुसत तो हसला.

''धन्यवाद ! मी माणूस आहे हे मान्य केल्याबद्दल धन्यवाद. मला मी माणूस

असण्याची प्रचिती सहसा येत नाही.''

''तुम्ही कोण आहात? काय करता? असे का हिंडता?''

''तुला कशी गोष्ट आवडेल? म्हणजे मला बऱ्याच दिवसांनी माझ्यात रस घेणारी व्यक्ती मिळाली आहे त्यामुळे अनेक गोष्टी भराभर आकार घेताहेत मनात. तर तुला कशी गोष्ट आवडेल? म्हणजे माझं वय लक्षात घेता मुलांनी सोडून दिलेला म्हाताराटाईप भावविवश? दुसरी असू शकते, या गावातल्या माणुसकीविरुद्धच्या षड्यंत्राचा शोध घेणारी एजंटटाईप हेरकथा? लहान आहेस तेव्हा तुला आवडेल ती गोष्ट. मी सांगायला तयार आहे.

''मला खरी वाटेल अशी कोणतीही गोष्ट सांगा. ''

''मी खोट्या गोष्टी सांगत नाही. पण त्याचमुळे त्या खऱ्या आहेत असं कोणी म्हणत नाही. लोकांना खोट्या गोष्टी आवडतात. मला त्यांचा कंटाळा येतो.''

''मी खऱ्या गोष्टींच्या शोधात आहे. आत्ताही मी एका खऱ्या कवीला शोधायला इथे आले आहे. ''

''वा! मग हरकत नाही. मी अर्थशास्त्राचा प्राध्यापक आहे. मी गरजांचा सर्वांत तळाचा बिंदू शोधण्याचा प्रयत्न करतो आहे. माणूस असण्याची ओळख नक्की कशी ठरवायची आणि कोणी ठरवायची याचा शोध घेतो आहे. ''

''हे सगळं कशासाठी?''

''मी कंटाळलो. ''

''कशाला?''

''जगाच्या तुटलेपणाला. म्हणजे नातेवाईक असतात; पण त्यांना व्यक्तिगत सुखापलीकडे बोलायचं नसतं. जग त्यांच्या खिजगणतीतही नसतं. भोवताली माणसं असतात, पण यांचे आहार-निद्रा-मैथुन यापलीकडे चर्चा जात नाहीत. भोवताली इतकं दुःख आहे त्याची पोर्न बघत निर्लेप हिंडतात. खरेद्या करतात. खातात-पितात; पण विचार करत नाहीत. विचारांतून बोलत नाहीत. तेव्हा विचार करणं ही माणसाची मूलभूत गरज नाही. म्हणजे मग जग तुटलंच ना. तरी ते असतं भोवती. तुम्ही त्यात दिसत असता. त्याचं काय करायचं असा प्रश्नही माणसाला पडत नाही. तेव्हा माणसाला प्रश्न पडण्याची गरज नसते.''

''मला खरंतर तुमच्याशी आणखीही बोलायला आवडेल, पण मी हा पत्ता शोधते आहे. तुम्हाला माहिती आहे?''

''तुला वेळ नाही? हरकत नाही. माणुसकीची एक खूण पुरते. काम-काळ-वेग यांचं गणित सोडवावंच लागतं; पण ते माणसांच्या हितासाठी असावं. समजलं.

पण अर्थशास्त्र इतकं काही करू शकेल... हो. . हा पत्ता ना? कवीच्या घराचा पत्ता शोधायचा तर साहित्यिक विरोधाभासांचाच आधार घ्यावा लागेल तुला. ते कोर्ट दिसतंयना समोर? त्याच्या वळणावर अप्सरा ब्यूटीपार्लर आहे. त्याच्या बरोब्बर समोर शिवाजी भोसले बँक आहे. त्याला वळसा घालून उजवीकडे वळायचं, मग गांधी लिकर शॉपच्या जवळ हे राहतात.

"आभार !"

"मला एक क्रीमरोल घेऊन दिलास तर माझ्या सकाळच्या जेवणाचा प्रश्न सुटेल."

तिनं त्याला एक क्रीमरोल घेऊन दिला. बाहेर पडून चालायला लागली तेव्हा तिला जरा भंजाळल्यासारखं झालं. तो खरंच बरोबर सांगत असेल ना? पण शब्दांवर विश्वास ठेवायला तोही सांगत होताच. तेव्हा ती नेटानं चालत राहिली. त्यानं सांगितलेल्या सगळ्या खुणा बरोबर दिसत होत्या. गांधी लिकर शॉपला वळसा घालून ती थांबली. बाहेरून न दिसलेलं, मोठ्या सिमेंटच्या अपार्टमेंट्समध्ये चिमटून गेलेलं, जुनं, पोपडे निघालेलं, बसकं घर तिला दिसलं. फाटकाशी असलेल्या खांबावर फरशीत कोरलेलं 'पर्णकुटीर' असं नाव दिसलं. तिनं घंटा वाजवली. कसा असेल हा माणूस दिसायला? फोनवर फारच तुटक बोलला. प्रत्यक्ष भेटेल का हाकलून देईल? पण त्याच्या कविता खऱ्या असतील तर त्याला हाकलून देणं जमू नये! तिनं भोवताली पाहिलं. त्याच्या कवितेच्या खुणा कुठेच दिसत नव्हत्या. प्लॅस्टीकच्या पिशव्यांनी कोंदलेल्या गटाराचा वास भोवताली असह्य तुंबला होता. घराला खेटून उभ्या असलेल्या विद्रूप इमारती. अरुंद म्हणायलाही लाज वाटावी असे रस्ते. उखडलेले. मरू घातलेली, वेडीवाकडी कापलेली दोन झाडं. विजेच्या खांबांवरून लोंबणारी तारांची भेंडोळी.

*तुझ्या प्रत्येक वाटेवर प्रेम करतो मी.*
*कुठेही असलो तरी दिसते मला इथली मानिनी;*
*संथ वाहात राहिलेली नदी आणि तिला साथ देणारी*
*झाडावेलींना एखाद्या पुरंध्रीसारखी सांभाळत चालणारी*
*ही पायवाट. डोह रिचवत जाणारी नदी आणि पाऊल ठसे*
*उरी बाळगत चालणारी वाट यांनीच शिकवावं आम्हाला*
*आमचं असणं, तटस्थ, संयत, शांत आणि तरीही लिप्त.*

दार उघडलं. दारात साठीच्या आसपासचा माणूस उभा होता. पायजमा.

शर्ट. दाढीचे पांढरे खुंट. पांढरे केस. विस्कटलेले. जाड चष्मा. Banished Duke...

... तो सांगणार आपल्याला आजही? And this our life, exempt from public haunt, finds toungues in trees and books in running brooks, sermons in stones... का नाही? त्याच्या कविता तेच तर करताहेत. त्याला म्हणावं का ॲज यू लाईक इट मधल्या... तो एकदम बोलला,

''कोण हवंय तुम्हाला?''

''चारू?''

''मेघना का?''

''हो. मी तुमची नदी आठवत होते.''

''आणि तुम्हाला लिकर शॉप मिळालं? स्वप्नांना धक्का बसला?''

''मी स्वप्नं बघत नाही. फक्त शब्दांचा इतिहास बघते. घाबरू नका. ''

''तर मग गावातून हिंडा आणि परत जा. ''

''माणूसही भाग असतो इतिहासाचा. तो कृती करतो, शब्द निर्माण करतो म्हणूनही इतिहास घडतो. तुमच्या कविता वाचताना एक निखळ काळाचा तुकडा सापडला. तो कुठे आणि कसा आणि का हरवला? तुमच्या कविता अत्यंत वेगळ्या आणि थोर आहेत असं मला अजिबात म्हणायचं नाही; पण तुमचा जिव्हाळा सच्चा आहे. अतिशय चांगल्या मनाचा माणूस असणार या कविता लिहिणारा. मातीला खिशात घेऊन हिंडणारा. अतीव दुःखाच्या वेळेस ती हातात घेऊन हुंगणारा. पण मग त्या वासानं तो ठाम उभा राहिला का, हे मला जाणून घ्यायचं आहे. आजूबाजूची बकाली संपवायची तर असं प्रेमच लागेल.'' आपण गॅनिमीड आहोत काय? ती थबकली.

शांतता थोडी लांबलीच. मग तो म्हणाला, ठीक आहे. मी कपडे करून येतो. आपण बाहेर जाऊ. थोडा वेळ गप्पा मारू.''

तो व्यवस्थित कपडे घालून आला.

''खायचंय काही?''

''नाही मी खाऊनच आलेय. अर्थशास्त्राच्या प्राध्यापकांबरोबर. ''

''अरे! सर भेटले वाटतं. ''

''सर?''

''इकडून या.'' असं म्हणत ते जरा मोठ्या वाटणाऱ्या रस्त्यावर वळले. मुख्य रस्ता असावा गावाचा. साड्यांची दुकानं. भांड्यांची दुकानं. यांच्या रंगीबेरंगी गर्दीत मधेच एक पुस्तकाचं दुकान होतं. ते दोघे आत शिरले. पुस्तक दुकानदार लगबगीनं

पुढे आला.

"बसू का थोडा वेळ तुमच्या दुकानात?"

"हो. बसा की. देतो आतली खोली उघडून." त्यानं आतली खोली उघडली. ती बघत होती. रहस्यकथा. टंच शरीराच्या बायकांच्या मुखपृष्ठाच्या कादंबऱ्या. लिपस्टिक लावलेल्या देवांच्या चित्रांनी सजलेल्या पोथ्या. गाईड्स. चॉकलेटं. गोळ्या. स्टेशनरी. ते आत गेले. आतली खोली जरा वेगळी होती. तिथे दोन काचेची दारं असलेली कपाटं होती. आतमध्ये जुनी पुस्तकं. वि. स. खांडेकर, फडके, रणजित देसाई, शिवाजी सावंत, पंत काव्य, संत काव्य. मधूनच शेकस्पिअर, गोल्डन हार्वेस्ट, वर्डस्वर्थ.

"कॉलेज आहे गावात एक. तिथं बाद झालेली पुस्तकं घेऊन येतो. लायब्ररी सुरू करायचीय. विद्यार्थी येतात कधीकधी वाचायला. अजून लायब्ररी सुरू करण्याइतकी नाही झालीत जमा. पण करतोय. होतील हळूहळू. तुम्ही शहरातल्या लायब्ररीची तुलना करणार. पण आम्हाला कुठलं जमायला?" दुकानदार तिला म्हणाला.

तिला आठवलं पुस्तकांचं अनाथालय. दुकानदार बाहेर गेला. ती आणि चारू तिथल्या खुर्च्यांवर बसले.

*लोक बेभान होऊन नाचत होते तेव्हा मी तुझ्यावर प्रेम केलं अबोल शांतपणे*
*तुरुंगातही जगलो होतो त्याच तुझ्याशी जोडलेल्या जीवाच्या आंतरिक बंधाने*
*बासरी ओठाशी असावी पण लकेरी दिसू नयेत तसे तुझे असणे, माझे जाणणे,*
*केवळ निकट असणेच नाही तर अंतरही जीवघेणे. पण अतूट मर्मबंधाचे लेणे*
*जीवापाड जपले मी. माझ्या सर्व संवेदनांनी प्रेम केले तुझ्यावर मी.*
*पण वेदनेच्या जहरी किंकाळीसारखं आतून आले का ते आठवणे? तर नाही.*
*असह्य ठणक्यानं श्वासातून फुटणाऱ्या लाहीसारखे ते कधीच उलले नाही.*
*धुरकट घरात ठसकणाऱ्या खोकल्याची उबळ यावी कुडी निथळून तसे तर नाहीच.*
*बरगड्यांच्या फासळ्यांतून फुप्फुसात फुटणारा एकेक वायुकोश जाणवावा खोकल्यातून,*
*सुकलेल्या, वाकुडलेल्या बोटांच्या निर्जीव कातडीवर रक्ताच्या थेंबांची शिंपण व्हावी तशी*

*पटकुराला चिकटलेला अन्नाचा कण निगुतीनं सोडवून तोंडात घालावी तशी*

*डोक्यावरच्या केसांच्या सुतळ्यांमधून चिरमिऱ्या पाडत शोधणारे डोळे असावेत तशी..*

*नाही कधी आठवलीस मला...*

तिनं तिच्या जवळच्या पुस्तकात खूण घालून ठेवलेली कविता समोर आली. तिनं ते पुस्तक टेबलावर ठेवलं. त्यानं त्रयस्थपणे त्याच्याकडं बघितलं.

''तुमचा एवढा एकच संग्रह आहे?''

''हो. ''

''यानंतर तुम्ही कधी काही लिहिलं नाही?''

''नाही. तेही छापण्याजोगं होतं असं आता वाटत नाही. माणूस बहकतो तरुणपणी. ''

''कसली वेदना सांभाळता आहात तुम्ही? सारखा स्वतःच्या कवितेचा रागराग करता? कशासाठी?''

तो हसला. पहिल्यांदाच.

''राग करतो मी. पण त्या कवितांचा नाही. माझ्याच असण्याचा. त्यांच्यात.''

''का?''

''मला हक्क होता त्यांच्यात तसा राहायचा? नव्हता खरंतर. संवेदनांनी वेठीला धरलं.''

''असं का म्हणता? प्रेम करायचा; आपापल्या कुवतीनुसार प्रेम करायचा प्रत्येकालाच हक्क आहे. तुम्ही मनापासून प्रेम केलंत... ''

''प्रेम म्हणजे काय?''

''नाही माहिती मला. मी राग करते सगळ्या पारंपरिक प्रेमपद्धतींचा. पण मला माहिती नाही मी त्याची व्याख्या कशी करीन. प्रत्येक जण करायचा प्रयत्न करत असतो. तुम्हीही करता. मला वाटतं तुम्हाला ते कळतं. प्रामाणिकपणा जाणवतो. संवाद होतो. आस्था कळते. मर्यादाही कळतात. हे कळणं म्हणजे प्रेम. तुम्हाला वाचायच्यात तुमच्याच कविता परत?''

''नाही. मी माझ्याजवळही ठेवली नाही त्यांची प्रत. लाज वाटली मला त्या संवेदनांची. अप्रगल्भ. आपण भरभरून लिहितो. संवेदना सुखावतात. सगळं जग त्यांच्या सुखावण्यात सामावतं. मग आपण आपल्याच सुखात ओणवं होऊन आपल्याला बघत राहतो. ''

"तुम्ही स्वतःला फारच अपमानित करता आहात. ते अर्थशास्त्राचे प्राध्यापक सांगतात ना? माणूसपणाचा आदर करा..."

"हो. कदाचित मलाही तेच म्हणायचंय. माणूसपणाचा आदर व्हायला हवा. माणूस असण्याचा. अर्थशास्त्राला ते सोप्या पद्धतीनं म्हणता येत असावं. मला माहिती नाही. माझ्या आदराशी इतक्या गोष्टी चिकटतात, खरंच त्यातून सहीसलामत बाहेर काढता येतं का माणूसपणाला? "

तिला आठवला As You Like It मधला मेंढपाळ. 'Has any philosophy in the shepherd?' असं विचारणाऱ्या दरबारी विदूषकाला त्याच्या सरळ जगण्यानं उत्तरं देणारा. 'No more than I know the more one sickens the worse at ease he is. That one who wants money and means and content is without three good friends. That the property of rain is to wet and fire to burn, That good pasture makes fat sheep
And that the great cause of the night is lack of the sun.'

इतक्या सहज जगणारा मेंढपाळही खराच होता की. रोझलिंड-ओरलॅशन्डोसारखा जंगालातल्या झाडाझाडावर प्रियेचे नाव चितारत हिंडला नाही तरी सच्चाच होता. 'Sir I am a true labourer. I earn that I eat. Get that I wear. Owe no man hate. Envy no man's happiness. Glad of other man's good. Content with my harm. And the greatest of my pride is to see my ewes graze and my lambs suckle.'

हा आपला कवी कोणत्या गर्तेत गेला? कशामुळं? तिनं त्याच्याकडे गोंधळलेल्या चेहऱ्यानं बघितलं. ते त्याला कळलं असावं. तो एकदम टेबलावरचे हात झटकत उभा राहिला.

"तुला समजत नाही. कदाचित समजणारही नाही. एक प्रसंग सांगतो. त्यातून कळलं काही तर बघ. मुंबईला गांधीजींची सभा होती. ती उरकून येत होतो. गांधीजींची ती कृश आकृती. उघडा देह. निर्भय मुद्रा. शांतपणे बोलणं. एक दर्शनच होतं युगाचं. वाटायचं आपण हे करायला हवं. आपण हे करू शकू. त्यांच्याइतकं प्रेम. खात्री होती. रात्रीची वेळ होती. घरी निघालो होतो. गाडी पकडायची होती. अचानक अंधारात सुकलेला पंजा भिकेसाठी पुढे आला. इमारतीच्या खोपच्यात एक म्हातारी बसली होती. चिरगुटं पांघरून. शेजारी तिची काठी ठेवली होती. चेहरा सुजलेला होता. केसांच्या जटा. मानवी देहाचा भाग वाटू नये असा चकचकीत सुजलेला पाय. क्षणभर मी थबकलो. अचानक वाटलं तिचा चेहरा किती

माझ्यासारखा आहे! माझी आई लहानपणीच वारलेली. मी तिला बघितलं नव्हतं. मी एकदम घाबरलो. मी भराभर चालायला लागलो. तिच्यापासून दूर जाण्यासाठी. तिला खोकल्याची उबळ आली. दमेकरी असावी किंवा बरीच आजारी. उमळून उमळून खोकत होती. सगळं शरीर खरवडून खोकत होती. मी जितका दूर जात होतो तितका तो खोकण्याचा आवाज जवळ येत होता. खोकत होती. खाकरून खाकरून थुंकत होती. त्या आवाजानं माझ्या घशात खाज सुटायला लागली. ती माझी आई नव्हती. नक्कीच. पण असती तर? मला प्रचंड संताप आला. हेही आईच्याच बाबतीत शक्य असतं ना? तिच्या आजारानं कासावीस होणं आणि संतापणं असं एकाच वेळेस?'' तो गप्प झाला.

तिला ते अगदी चटकन कळलं. ते इतकं स्पष्ट चेहऱ्यावर दिसू नये म्हणून तिनं मान खाली घातली. तो सांगत होता.

''मला वाटलं परत जावं. तिला पाणी पाजावं. उठवून बसवावं. पण मी गेलो नाही. तिचं खोकणं माझा पाठलाग करत होतं तरी. इतक्या वेदनेत आपण फक्त आईलाच नाकारू शकतो असं.. बहुधा... आवाज थांबला. मी मागे वळून बघितलं. ती बिडी ओढत होती. मला एकदम सुटल्यासारखं झालं. ती मेली नव्हती. ती खोकत नव्हती. ती बिडी ओढत होती म्हणून ती खोकत असणार. विचित्र सुटल्यासारखं झालं. घरी आलो. तो कप्पा बंद होईना. मग कविता लिहिण्याचं बंद केलं. परत कधीच कविता लिहिली नाही मी त्यानंतर. कळलं तुला?''

''नाही खरंतर.'' एवढंच म्हणून ती गप्प बसली. शब्दांचाच आधार असतो दुःख वाटून घ्यायचं तर. आपल्या दुःखाला, वेदनेला, आनंदाला वाट करून देण्यासाठीच तर लिहीत असतो आपण. इतकं सुंदर निरूपयोगी साधन दुसरं नाही. निरुपयोगी म्हणूनही सुंदर. उपयोगी असतं तर कितिकांनी झडप घातली असती त्याच्यावर. इथे येणारे येतात निखळ प्रेमापोटी. जगण्याच्या प्रामाणिकपणाचा तळ इथेच गवसतो म्हणून. बाकीचे व्यवहार आहेतच. डावपेच, रणनीती, कुरघोडी यांनी माखलेले. साहित्यासारखं अंतर्मनाला समोर काढून सृष्टीच्या स्वाधीन करणं नाहीतर सृष्टीला अंतर्मनात विलीन करणं हे कोण आणि का करेल? प्रेमाखेरीज तिथे काय शक्य आहे? हे सगळं मांडायचं, वाटायचं तर शब्द लागणार. त्या अर्थशास्त्राच्या सरांसारखा आपणही किती कमीतकमी अपेक्षांतून प्रेम करता आलं की जगातले ताण संपतील याचा शोध घ्यायला हवा. तिनं चारूकडे बघितलं. त्याचं दुःख इतकं खरं होतं, की त्याला निःशब्दता देणं एवढंच ती करू शकत होती.

''माझ्या जगण्याला दोनच आधार होते. माझं स्वातंत्र्यचळवळीत असणं

आणि कविता करणं. त्या रात्री मी ते दोन्ही गमावले.''

त्याला त्याच्या भावविवशतेला समर्थन देण्याची गरज का वाटत होती? ती खरी होती असं म्हणण्याची लाज का वाटत होती? ती दमली. कदाचित ती स्वातंत्र्यपूर्व काळात जन्माला आली नाही हे त्यामागचं सत्य होतं का? तिला कशाचंच समर्थन न देता निखळ प्रामाणिकपणा शोधायची चैन करता येत होती ती त्यामुळेच? पण ती ते गॅलिलिओसारखं आतून नाकारत राहिली. चारूभोवती स्वातंत्र्यप्राप्तीचं प्रचंड ओझं टाकणारं ध्येय होतं. पण मलाही माणूस असण्याचं केवढं मोठं ध्येय गाठायचं होतं! खरंतर त्याच्या पिढीपेक्षाही अवघड वाटचाल होती तिची. क्षणभर आत्मानुकंपेतून बाहेर पडून तो तिचा हात आनंदानं हातात घेता तर त्यालाही बाहेर पडता आलं असतं. साहित्य निरुपयोगी असतं. म्हणून ते सुंदर असतं. आणि म्हणून तर त्याला प्रामाणिकपणाची चैन करता येते. मनाला स्वच्छ पारदर्शक अनुभव देता येतो. घुसमटीला संवादी करता येतं. इतकं सगळं कळल्यावर त्या पुस्तकाला परत मर्ढेकरांपाशी ठेवून द्यावं. तिथेही ते आता अंग चोरून बसेल. त्याच्या इतक्या दुःखी-कष्टी जीवनदात्याला बघितल्यावर.

''सर, चहा घ्या.'' दुकानदारानं हसत चहाचे दोन पेले त्यांच्यासमोर ठेवले. ''घ्या अमृततुल्य!'' तिला हसू आलं. शरीर आणि मनाचा असा हा संगम.

ती एसटीत बसली. घामाच्या, वड्यांच्या, तंबाखूच्या वासांत दरवळत गाडी रस्त्याला लागली. सूर्य डुबत होता. निळे डोंगर तरतरीत जांभळे होत गेले. उष्ण वारं सगळे वास सुकवत गेलं. केशरी, लाल, नारिंगी, अबोली रंगांनी सगळं शरीर भरून गेलं. पाहतापाहता सगळे उष्ण रंग विरून निखळ निळेपण कवेत आलं.

# भूगोलाचा पेपर

"आई एकदमच थकलेली दिसतेय रे." ट्रेकवरून आल्यावर पहिल्यांदाच रेणू अभीकडे आली होती. चार दिवस राहायला. आईनं दार उघडलं तेव्हा रेणूला फरक जाणवला. अवघे तीन आठवडे तर नव्हतो आपण इथे. तेवढ्यातही फरक पडलाय आईत. आई दार उघडून बाजूला झाली. रेणूनं हातातलं सामान खाली ठेवेपर्यंत अभी आतून बाहेर आला.

"बापरे! काय काळी पडलीयस रेणू! आणि नाकाला काय झालं?" तिच्या सोललेल्या कांद्यासारख्या दिसणाऱ्या नाकाकडे बघून अभीला हसू येत होतं. लहानपणी सांताक्लॉजचं नाक लावून ती नाताळात नाचायची तसलं काहीतरी. अभीनं आईला कोचावर बसवत रेणूला जवळ घेतलं. हिमालयातला ट्रेक करून आलेली रेणू एकदमच रंगीबेरंगी दिसत होती.

"काही विचारू नकोस अभ्या. समोर बर्फाचे डोंगर पण ऊन हे असलं भयानक. उन्हाकडचा शरीराचा भाग उन्हानं सोलवटून निघायचा आणि उन्हापाठचा भाग बर्फासारखा काकडून गार कडक. हॅ, आपल्याला झेपणारं नाही हे असलं जगणं. कशी काय राहतात लोकं हिमालयात देव जाणे. काय भीषण ऊन रे. सोसत नव्हतं बिलकुल. पण ती थंडीही तसलीच. बोंब नुसती." रेणू चांगलीच हडकलेली. आणि उघडं अंग रंगीबेरंगी.

आई उठली. रेणू आल्याचं तिला कळलं होतं? रेणूनं तिला हाक मारली.

पण आई उठायच्याच प्रयत्नांत व्यस्त होती. कोच तसा कडक होता; पण तिला तिचं शरीर उभं करता येत नव्हतं. तिचा तोल गेला. मग कोचावर बसली गेली. अभीकडे बघत ती तिच्या पडक्या दातांमधून हसली. परत कोचावर हात रेटत उठायचा प्रयत्न करायला लागली. रेणू चटकन पुढे झाली हात द्यायला, पण तिनं तिचा हात न धरता अभीचा हात पकडला.

''बघ, इतकी म्हातारी झालीय पण संस्कारांचा पीळ काही जात नाही. मुलगी नको आधाराला, मुलगाच आपला, काय? आता येईलच की माझ्या घरी राहायला तेव्हा कोण धरणारे तुला?'' रेणूनं आईला विचारलं.

आई परत एकदा तिचं ते निर्लेप हसू हसली. तिच्या डोळ्यांत रेणूला ओळखल्याची जाण नव्हती. अभीनं तिला हात दिला. उठवलं. काठी हातात दिली. ती क्षणभर तोल सावरत उभी राह्यली. मग दाराकडे गेली. दाराची कडी काढणार तोवर अभीनं परत एकदा तिचा हात धरला आणि विचारलं, ''कुठं जायचंय तुला?'' अलिकडे प्रश्नांना ती उत्तरं देतेच असं नाही. कित्येकदा तर अगदीच निरर्थक बोलते. तिच्या आतली धग कमी होत चाललेली जाणवते अलिकडे.

आत्ताही तिचं अभीच्या प्रश्नाकडे लक्ष होतं असं वाटलं नाही त्याला. पण ती दार उघडत होती आणि तो तिला दार उघडू देत नव्हता, हे तिला समजत होतं. वैतागून तिनं तो नाद सोडला. परत वळली. वळताना तोल गेला. पायात पाय अडकतात हल्ली तिचे. पार्किन्सनचा एक पुढचा टप्पा गाठलाय तिनं. अल्झायमर्सही त्याचाच भाग. अभीनं आणि रेणूनं तिला धरलं. परत कोचाकडे नेलं पण ती हलेना.

''कुठं जायचंय आई?'' रेणूनं विचारलं.

ती परत एकदा हसली. ''आदित्यराणूबाईची पूजा केलीय ना, दूध ऊतू घालवायला ठेवलंय बाहेर.''

रेणूनं अभीकडे बघून भुवया उंचावल्या. ''हे कालपासून नव्यानंच सुरू झालंय आईचं. रेणू येणारे पंधरा दिवसांनी, हिमालयातला अवघड ट्रेक पूर्ण करून असं सगळे तिला सांगत होते तर उठली आणि म्हणाली, हृतिका रांगोळीचा चौक काढ अंगणात. सूर्य बघ वर आलाय का? आईला विचार संक्रांतीचं सुगड कुठंय म्हणून. दूध घाल त्यात आणि त्याची पूजा कर त्या रांगोळीच्या चौकात ठेवून. सूर्याचं पहिलं किरण पडलं पाहिजे दुधावर. मग दारातून आत येऊ दे.''

''हृतिका नाहीये इथे. अमेरिकेत आहे. करणारे इथं आहेत त्यांची नावं नाही आठवत आणि ती तिकडं गेलीय तिचं बरं आठवतंय नाव,'' कोमलनं वैतागून

म्हटलं होतं आईला. कोमलचा वैताग अगदी खराच. मुलं, नातवंडं आपली. सुना किती झालं तरी परक्याच. असं आई म्हणून गेली होती पूर्वी अनेकदा. आता कोमलचे दिवस म्हणण्याचे. पण आईला काहीच फरक पडत नाही. अभीला तरी नावानं ओळखतेय का नाही कोण जाणे. पण स्पर्श ओळखीचा वाटत असावा. रेणूकडे गेली राहायला आणि आठ-पंधरा दिवस झाले की मग रेणूचा स्पर्श तिचा होतो आणि अभीचा परका. रेणूला कालचा हा किस्सा अभीनं सांगितला. रेणू कळवळली.

"हृतिका करते का फोन? रोज नाही तरी रविवारी नेमानं कर म्हणावं रे. तेवढाच धागा जोडलेला राहील."

"करते ना रविवारी. अगदी ठरल्या वेळेला. पण तिच्याशी बोलताना ती हृतिकाशी नसतेच बोलत. एकदम म्हणते रेणूचा फोन आला काय? नाहीतर मग अंजलीमामीचा फोन वाटतो."

तिघंही उभेच होते. आई हलली. म्हणाली, "अंजलीचा फोन नाही आला ना?"

तिला परत तिच्या खुर्चीत बसवत अभी आणि रेणू शेजारी टेकले.

"कोमल कधी येईल?" रेणूनं विचारलं.

"येईलच इतक्यात. तिच्या कंपनीची बस इतक्या ट्रॅफिकमधून येते ना की यायचा तासभर नुसता प्रवासच. चिडचिड होते तिची."

"साहजिक आहे. त्यातून धुरानं भरलेले रस्ते नुसते. एसी गाडीतून आलो तरी धूर कोंदत राहतोच भोवती. उजेडही झाकोळतो. हिमालयात स्वच्छ हवा आणि उजेड म्हणजे काय ते कळतं बघ. एकदम शुद्ध प्राणवायू भरून घेऊन आलेय फुफ्फुसांत महिन्याभराचा." रेणू हसत म्हणाली.

"प्राणवायूनं पोटही भरलं का तुझं? खायची वेळ झाली ना? की चहा घ्यायचाय आधी?" अभीनं विचारलं.

"नाही. चहा नकोय मला. आणि मीच काहीतरी खायला करून ठेवते गरम गरम कोमलसाठी." रेणू उठत म्हणाली.

"बैस गं. करतो मी थोड्यावेळानं. जनरल तोंडात टाकायला मुगाची चकली आहे बघ तिथं. करतो मी सांजा. एवढी माहेरवाशीण आलीय मैदान मारून तर तिच्या आवडीचं करूयात, म्हणत अभी हसला." रेणूही खाली बसली. आईचा सुरकुतलेला हात हातात घेऊन म्हणाली, "माझ्याकडे कधी येतेस?" आईनं काहीच प्रतिसाद दिला नाही. अभीकडे वळत रेणू म्हणाली, "हिचं रात्रीचं झोपेतलं

बोलणं काय म्हणतंय? रोहनला छान करमणूक असते, ही असली आमच्याकडे की. रोहन कायम चिडवत असतो मला, आजी काय काय बोललीय ते सगळं टेप करून ठेवलंय. पुढेमागे तुम्हाला ब्लॅकमेल करता येईल मस्त.''

''अरे! ते चालूच आहे. एकदम जोरदार. रात्री तिचं सगळं अंतरंग ढवळून निघतं बहुतेक. काल धमालच केली. आता ही अशी बिचारी दिसतेय पण रात्री काय अंगात आलं होतं कोणास ठाऊक! दणादणा पाय आपटत होती बेडवर. मी उठवलं तिला तर म्हणाली, 'ती सुंदर केतकर लिहितीय भराभरा, थांबच, मीपण लिहिणार.' मी पुढे ऐकायला थांबलो पण ती झोपून गेली. काय गं आई? काय लिहीत होतीस काल?''

''भूगोलाचा पेपर होता. दिवाकर मास्तरांचा. पण मला काही आठवतच नव्हतं. म्हणजे शब्दच आठवत नव्हते. सुंदर वर्गात पहिली येते कायम. मी किती अभ्यास केला तरी तीच येते पहिली. दिवाकर मास्तरांची लाडकी. श्रीमंता घरची ना. पेपर सोपा होता पण शब्दच आठवत नव्हते. खूप प्रयत्न केला पण नाहीच आठवले.'' आई इतकं सगळं बोलली याचा रेणू आणि अभीला अचंबाच वाटला.

रेणू म्हणाली, ''कोणते शब्द आठवत नव्हते तुला?''

आईचा चेहरा व्यग्र झाला. प्रयत्न करूनही शब्द आठवत नाहीत, तेव्हा कातावायला होतं तसा. मग तिचा चेहरा एकदम कोरा झाला. अभीनं पडदा सारून खिडकी उघडली. त्याबरोबर मावळतीची कोंबट तिरीप आत आली आणि आईच्या चेहेऱ्यावर पडली. त्यानं परत पडदा सारायला घेतला तर रेणू म्हणाली, ''राहू दे. इतकं काही कडक नाहीये ऊन. नाहीतरी तिला सारखी थंडीच वाजत असते. राहू दे चेहेऱ्यावर जरा.'' आई मागे रेलली. ती तिरीप हातावर घेत म्हणाली, ''दूध गेलं ना ऊतू? आत घेऊन ये सुगड. सूर्याला निरोप दे. नैवेद्य दाखव गूळ-खोबऱ्याचा. रथसप्तमी उद्या आहे. विड्याची पानं आहेत ना घरात? आणि रक्तचंदन?'' ती अभीकडे रोखून बघत ठामपणे विचारत होती.

''आई, अगं हा जुलै महिना आहे. आता कुठली रथसप्तमी?'' अभीनं म्हटलं.

''आषाढ आहे. संक्रांत आषाढात नाही येत. मग रथसप्तमी कुठली यायला?'' रेणू म्हणाली.

''मकरवृत्त.'' आई एकदम म्हणाली.

रेणू आणि अभी एकदम चमकले. रेणूनं आईचा हात हलवला. मकरवृत्त काय? पण आईचा चेहरा एकदम कोरा झाला. रेणूला गलबलून आलं. अभीनं

तिच्या हातावर थोपटलं.

''तुला रात्री भूगोलाच्या पेपरमध्ये हा शब्द आठवत नव्हता का?'' त्यानं आईला विचारलं.

आई खुदकन हसली. तिचं असं हे मूल होणं दोघांनाही हलवून गेलं. रेणूला तर खासच. कारण तिची सतत भांडणं व्हायची आईबरोबर. रेणूच्या सगळ्याच आवडीनिवडी आईच्या धोरणांपलिकडच्या. ती खेळाडू. त्यातून ट्रेकिंगच्या नादी लागलेली. अभ्यासाचा कंटाळा. अभीला आठवतं आजही तिचं आणि रेणूचं आठ दिवसांच्या ट्रेकला जाण्यावरून झालेलं भांडण. आठ दिवस मुलांबरोबर असं हिंडणं फिरणं बरं दिसत नाही. असं आईचं तेव्हाचं म्हणणं. पण रेणूनं तिचं म्हणणं सोडलं नाही. नंतर मग आई तेही स्वीकारत गेली. रेणूनं अंजलीमामीनं आणलेल्या, हुंडा मागणाऱ्या, उच्चशिक्षित मुलाशी ठरलेलं लग्न मोडलं तेव्हा यच्चयावत काक्या, माम्यांना विरोध करत आई तिच्या पाठीशी उभी राहिली होती. अगदी बाबांशी भांडून. बाबांनी म्हटलेलं तेव्हा की, ''असतात काही प्रथा आपल्या वाडवडिलांच्या त्या आपण नाही पाळायच्या तर कोणी? आणि आपलीच लेक आहे ना लाडकी मग कन्यादानात दिली वरदक्षिणा आपल्याच लेकीला सांभाळण्यासाठी तर बिघडलं कुठं?'' पण आईनं ठामपणे रेणूला सांगितलेलं की, ''तिचं बरोबरच आहे, पैसा देऊन कर्तव्यं विकत घेता येत नाहीत.'' पण तरीही मुलींना जपायला लागतं. भलतंसलतं करून बसणार नाहीत ना म्हणून. अशांसारखे प्रवाद मधूनच ताबा घ्यायचे तिचा. मग भांडणं व्हायची इतकंच. आईच्या मनातली धाडसी मुलगी त्या भांडणांना खपवून घ्यायची. मुलीची बंडखोरी पचवायची. अर्थात ही बंडखोरी म्हणायचीच झाली तर.

आईनं कधीतरी एकदा सांगितलेलं, ''मलाही जायचं होतं चलेजाव चळवळीत घर सोडून. शाळेतच होते मी. अकरावीत. सानेगुरुजींनी शाळा सोडली तशी. आमचे अण्णा टिळक पक्षाचे. घरात व्रतंवैकल्यं, परंपरा यांचं श्रद्धेनं पालन व्हायचं. एकदा अण्णांशी भांडले होते मी देश पारतंत्र्यात आणि तुम्ही बसा श्रावण्या आणि अग्निहोत्रं सांभाळत. ते संतापले होते. पण त्यांनी त्याही काळात मुलांच्या अंगाला हात नाही लावला. फक्त माझं लग्न करून टाकलं अकरावी झाल्याबरोबर. मग काय, डोहाळजेवणी, बारशी, मुंजी आणि लग्नंच करत राह्यले. ''

रेणू पाणी प्यायला उठली. अभीनं आईला विचारलं, ''पाणी प्यायचंय का? पी थोडं. बऱ्याच वेळात नाही प्यायलीस.'' रेणूनं पाण्याचं भांडं समोर धरलं.

तिच्या हातून भांडं घेत आई म्हणाली, ''विड्याची पानं आणलीस ना? आणि रक्तचंदन उगाळून ठेव.''

रेणू म्हणाली, ‘‘अभी, खरंच देते मी आता आईला विड्याची पानं आणि रक्तचंदन उगाळून. बघूच काय करतेय ते.’’

‘‘तू आणि आई, बघून घ्या. तुझ्यासाठी सांजा करायचाय आणि माझी सुविद्य पत्नी नोकरीवरून दमूनभागून येईल. मला स्वयंपाकाला लागायला हवं. माझ्या शिकवणीची मुलंही येतील आठ वाजता.’’

‘‘तू सांजा करायला घे, मी विड्याची पानं घेऊन येते.’’ रेणू उत्साहात उठली.

आईला झोप येत होती. तिच्या औषधांचा परिणाम. अभीनं तिला उठवून बेडरूममध्ये नेलं.

कोमलनं सांजाची बशी सिंकमध्ये टाकली. आई अजूनही झोपलेली. रेणूच्या हिमालयातल्या गोष्टी ऐकताना संध्याकाळ होऊन गेलेली कळलीच नाही. अभीनं कुकरची तयारी केली. बाई पोळ्या करून गेल्या. कोमल म्हणाली, ‘‘मी जिमला चाललेय रेणू. येतेस का?’’

‘‘नाही. मी आईसोबत बसते जरा. बरेच दिवसांनी आलेय ना, विसरलीय मला ती.’’

‘‘त्या तुला कशी विसरतील? मलाच रेणू म्हणून हाक मारतात. नाहीतर हतिका म्हणून. सून त्यांच्या डोक्यात एक कणभरही जागा व्यापत नाही. मुलं आपली आणि नंतर नातवंडं.’’ कोमल म्हणाली.

‘‘खरंय. शिवाय पुढचं सांगू का? मुलगीसुद्धा नाही तिच्या डोक्यात खरं तर. मला ओळखल्याची एक खूण नाही मिळाली आल्यापासून. पण जावई आहे लक्षात. मगाशी अभीला विचारत होती, अनिल नाही आले? अधिकाचं वाण द्यायचंय ना. बायकाच बायकांना नजरेआड करतात बघ.’’ म्हणत रेणू आणि कोमल मनापासून हसल्या.

‘‘असंच काही नाही हां रेणू. बाबादेखील नाही आठवत तिला.’’ अभी आईची बाजू घेत म्हणाला. ‘‘म्हणजे ती आजकाल तिच्या बालपणातच असते. तिचे आई, अण्णा आठवतात. शाळा आठवते. ते दिवाकर मास्तर तर पुष्कळदाच.’’

‘‘आई त्या दिवाकर मास्तरांच्या प्रेमात असेल काय रे?’’ रेणूनं हसत विचारलं.

अभीला तो प्रश्न फारसा रुचला नसावा. आई–बाबा हे एकच युनिट असतं, त्यात वेगळं काही आणि वेगळं कोणी असायचा प्रश्नच येत नाही. पण बाबांखेरीजची

आई अगदी पहिल्यापासून अस्तित्वात होती याची जाणीव आता त्याला होत होती खरी.

बेल वाजली. अभीची शिकवणीची मुलं आली होती. त्यांना घेऊन तो व्हरांड्यात तयार केलेल्या वर्गात गेला. कोमल जिमला गेली. रेणू तिथंच विसावली. हिमावर पडलेल्या सूर्यकिरणांच्या धारदार तिरीपी आजूनही डोळ्यात बोलत होत्या. डोळे मिटले तरी डोळ्यांसमोर अंधार होतच नव्हता. लखलखीत पांढराशुभ्र उजेड आणि चरचरत जाणाऱ्या धारदार, लखलखीत प्रकाशरेषा. अनेक सूर्य भोवताली असल्याचा भास व्हायचा. पांढरेशुभ्र हिमपर्वत उजेड परावर्तित करायचे तेव्हा रात्रीही भोवताली पांढरीशुभ्र आभा विखरलेली असायची. आता डोळ्यांना अंधाराची आठवणच नाही. निदान काही दिवस तरी हे असंच राहील. ती त्या उजेडाच्या करकरीतपणाला वैतागली होती. सतत आतून प्रकाशमान झालेला एक पांढराशुभ्र कोरा पटल डोळ्यांसमोर. काळ्याभोर अंधारानं डोळे दुखतात तसेच यानंही. रेणूनं व्हरांड्यात नजर टाकली. अभी आणि मुलांचं टेबलाभोवती काहीतरी चाललं होतं.

''आम्ही सोलर पॅनेलचं एक छोटं युनिट बनवलंय बघ. खिडकीवर बसवणार आहोत आणि मग त्यातून वीजनिर्मिती करणार आहोत.'' अभीनं तिला त्याच्या हातातलं युनिट दाखवलं. मुलांचे डोळे चमकत होते.

''खिडकीतून असा किती सूर्यप्रकाश मिळणार?''

''का? बारा वाजेपर्यंत पडदे बंद ठेवायला लागतात खिडक्यांचे. दरवाजा पश्चिमेकडे असला तरी आमची खिडकी पूर्वेकडे आहे. काय?'' मुलांनी माना डोलावल्या. त्यातून एक इमर्जन्सी लाईट चार्ज होईल इतकी ऊर्जा तर नक्कीच मिळेल.

रेणू बेडरूममध्ये गेली. आईला उठवत म्हणाली, ''उठतेस ना? रात्र पडायला लागलीय. जेवायचंय ना?'' आईनं डोळे उघडले. डोळ्यांखाली फुगवटी आणि चेहेऱ्याला टापसलेपणा. हातांची कातडीही सुरकतून सैल पडलीय. डोळे लाल झालेत. रेणूनं आईला बसतं केलं. माथ्याचे केस अजूनही दाट आहेत हिच्या, रेणूच्या मनात आलं.

''सुंदरला म्हटलं, मी कर्कवृत्तावरून मकरवृत्ताकडे सूर्य येतो म्हणजे दक्षिणायन.'' आई म्हणाली.

रेणू चटकन तिच्याजवळ बसली. ''मग सुंदर काय म्हणाली?'' आईचे डोळे

तरारले; पण ती काही बोलली नाही. ‘‘अगं दक्षिणायन हा शब्द आठवत नव्हता का तुला? भूगोलाच्या पेपरातला?’’

पण आई आता तिचं खगोलातलं भ्रमण सोडून परत बेडवर आली होती; पण ते बेडही तिच्या स्थानाला स्थैर्य देत नव्हतं. तिच्यासमोरही ती अनंताची पोकळी होती काय? म्हणून मग सुंदर केतकरला ती धरून ठेवत होती? खुन्नस असली तरी वर्गातली मैत्रीण खरी. इथे, या जगात उभं राहून आपण विश्वाच्या अनंत पसाऱ्याकडे बघतो तेव्हा छातीत ती अफाट पोकळी भरते आणि श्वासच विखरला जातो. मग ठामपणे जमीन पायाखाली लागते. हिमालयातही जमिनीचं अस्थिरपण किती भेवडून टाकायचं! कोणत्याही क्षणी पायाखालची जमीन सरकेल, समोरचा पर्वत कोसळेल, चिरे तुटतील, कडे कोसळतील, होत्याचं नव्हतं होऊन जाईल. आपल्या मनात तेव्हा आकांतानं येत राहतात माणसं. आपणही कितीजणांना आठवत होतो ते कडे चढता, उतरताना. आपल्या अस्तित्वाचा तेवढाच आधार. बाकी काही नाही. आपलं नाही. एक अफाट, अचाट, विस्मयकारक, मूक विस्तार. अर्थ लागतो तो फक्त माणसांचा. त्यांच्या कृतींचा. तोही लागतो का? रेणूनं आईकडे बघितलं. तिला उठवलं.

आई टेबलाशी बसली. रेणूनं तिच्यासमोर विड्याची पानं आणि रक्तचंदनाचा उगाळलेला लेप ठेवला.

आईचे डोळे चमकले. ‘‘अंजली कधी आली? बैस.’’ ती म्हणाली.

रेणू बसली. ‘‘आई अगं मी रेणू. ओळखत नाहीस का मला?’’

आईनं विड्याची पानं तिच्या जवळच्या रुमालानं हलकेच पुसून घेतली, आदित्यराणूबाई वसवायची ना पानांवर?

‘‘आई, इकडं बघ. माझ्याकडे बघ. मी रेणू. रेणू. अभी आहे ना तुझा? तशीच मी. तुझी मुलगी.’’

‘‘अंजली आली नाही?’’ आईनं तिला विचारलं.

रेणू हताश झाली. अंजलीमामीला जाऊन आता सात वर्षं झाली. आईला ते आठवणं शक्य नाही. अंजलीमामी भयंकरच पारंपरिक. रेणूनं लग्न मोडलं तेव्हापासून रेणूशी बोलणं टाकलेलं. आईला आग्रहानं घेऊन जायची वटपूजेला. आणखी कशाकशाला. रेणूनं ते सगळं नाकारलं होतं म्हणताना तिच्या डोक्यात ते उमटणं अवघडच. पण आईच्या डोक्यात तिचे तिच्या अण्णांशी झालेले वाद नाहीत आणि अंजलीमामी आहे? रेणू चक्रावून गेली होती. कमालीची खंतावलीदेखील. वाद घातले वेळोवेळी आपण आईशी. तिनंही ते स्वीकारले.

कुरबुरत का होईना पण स्वीकारले. त्या वादांचं काय झालं? आपल्यासकट वाद तिच्या डोक्यातून गळून गेले? वादांचे शब्द संपले? व्रतं-वैकल्यांच्या भाकड कृतीच अजून अस्तित्वाला ताब्यात घेताहेत? अर्थांचं काय? म्हणजे आपणच द्यायचे असतात ना अर्थ नवीन गरजांचे? भोवतालच्या गरजा नजरेआड करून हे असं आपलं आपलं जपत राहणं शिल्लक राहतं अल्झायमर्समध्ये? वेगळ्या कृती नाही घडवता येणार? सोलर पॅनेल्ससारख्या? पॅनेल झालं की पुढचा अर्थ, गरजांनुसार. हे किती प्रवाही खरं तर!

आईनं उठून काड्यापेटीतली काडी काढली. थरथरत्या हातानं काडी रक्तचंदनात बुडवून हिरव्याकंच पानावर तिनं सूर्याचा रथ काढला. सात घोड्यांचा. त्यात मुकुट घातलेला सूर्य. तिची थरथर त्या चित्रात उतरलेली. ते चित्र फक्त तिलाच कळणारं. पण ती रमली होती. रेणूच्या मनात आलं, तिला सोलरपॅनेल्स कळणं शक्य नाही? तिनं घरात विड्याच्या पानांवर वर्षानुवर्षं गिरवलेली ती सूर्यप्रतिमा आता सोलर पॅनेल्समधून घरात येतेय ते ती बघू शकेल? सोसू शकेल? तिच्या लहानपणी तिनं अण्णांशी वाद घातले, त्याची शिक्षाही घेतली तरी आपण घातलेले वाद स्वीकारले तिनं, तेव्हा सोलर पॅनेल नक्कीच स्वीकारेल ती. तिला नीट सांगायला हवं. मुख्य म्हणजे भूगोलाच्या पेपरचं टेन्शन तिच्या मनातून जायला हवं. व्रत वैकल्यांच्या टेन्शनसकट. सारख्या कसल्या परीक्षा आणि पास-नापासचा धाक. आता मोकळेपणानं खगोलात विहारायला कोणताच अडसर नाही तुला आई! रेणूच्या मनानं उशी घेतली. आईला कॉम्प्युटरवर दाखवायला हवं सगळं, सौर वादळं, सौर ऊर्जा....त्यांची चित्रं कशी काढेल ही? रेणूनं प्रेमानं आईला कुरवाळलं. तू प्रश्न केलेस म्हणून तुझ्या अण्णांनी लग्न करून टाकलं तुझं. आणि नंतर अंजलीमामीनं ताबा घेतला तुझा. तिच्यात माहेरचा आधार वाटला असणार तुला. पण आता आपण ती शाळा सोडणार आहोत. सानेगुरुजींनी सोडली तशी. उद्याच बसू माझ्या लॅपटॉवर. रोहनला सांगते मी कॉलेजमध्ये जाताना इकडे आणून द्यायला.

# शिट्टी

नाश्त्यासाठी पोहे करून ठेवले. काल संध्याकाळच्या इडल्या उरल्या होत्या त्या तळून ठेवल्या. मटकीची उसळ झालीच होती. पोळ्या करून तिघींचे डबे भरले. काल पाण्याची बाटली न्यायची विसरली होती. विकतच्या पाण्याच्या बाटल्या घ्यायच्या नाहीत, असं म्हणताना चहा पिऊन दिवस काढला. संध्याकाळी पित्त झालंच. म्हणून डबा विसरला तरी चालेल; पाणी आधी घेतलं. आजचा घरी आल्यावर मिसळीचा बेत; म्हणजे मुली खूश. येताना शेव, फरसाण आणायला विसरायचं नाहीची गाठ पदराला मारली. जिना उतरताना कुंकवाची टिकली लावायची राहिली, असं लक्षात आलं; पण आता बस चुकलीच असती. नवऱ्याला रात्री सांगायला हवं, ''बाबा रे एक वेळ डबा भरू नकोस, पण माँग भर मेरी सजना, तुझ्याचसाठी की रे म्हणतेय. धाकटीच्या टिकल्यांच्या पाकिटातून एखादं पर्समध्ये टाकायला हवं. 'किती बाई हा धाक,' असं वाटून ती स्वतःशीच हसली. एव्हाना अंघोळीचा शुचिर्भूतपणा जाऊन अंगाला फोडण्या-मसाल्यांचे वास चिकटले होते. म्हणूनच बहुधा हे स्वप्न सतत पडत असावं. शोध लागल्यासारखी ती हसली. ते स्वप्न इतक्या वेळा पडायचं, की त्याचं तिला अलीकडे भयच वाटायला लागलं होतं.

स्वप्नात ती झकास माणसांच्या गर्दीत असायची. स्कूटरवर सिग्नलला थांबलेली असायची. हॉलमध्ये मीटिंगला बसलेली असायची आणि अचानक लक्षात यायचं,

की ती पूर्ण नग्न असायची. तिच्या त्या नग्न शरीराचं दर्शन तिला स्वतःलाच व्हायचं आणि जीवाच्या निकरानं तिच्यासाठी कपडे शोधणाऱ्या माणसांनी ती आश्चर्यचकित व्हायची. आता यावर फ्रॉईड काय म्हणेल, याचा शोध ती घेत होती; पण फ्रॉईड काही तिला पटत नव्हता. त्यानं कुठं पाहिलं होतं सगळं जग? भारतीय स्वयंपाकपद्धती त्याला माहीत असती, तर त्याच्या काही स्वप्नांच्या विश्लेषणात फरक पडला असता. तसं खरं तर त्यानं बरंच काही बघायला हवं होतं. अर्थात त्यानं जे बघितलं ते आपणही कधी बघितलं होतं म्हणा! छानच झालं त्यानं त्याचं जग उलगडलं ते. असो. आपल्यालाही लपवायचेच असतात (कांद्या-लसणांचे) वास! तिचं आणखी एक नेहमी पडणारं स्वप्न होतं. भरपूर गजरे घालून आपण बसलो आहोत. मोगऱ्या-सायलीचे, जाई-जुईचे. त्या धुंदीनं सगळा आसमंत भरून गेलाय. लहानपणी तिच्याभोवती असलेल्या सगळ्या झाडांची आठवण तिची छाती कोंदून टाकायची. तिला आठवायचं, रात्री चांदण्यांशी बोलणाऱ्या प्रत्येक झाडाला कवेत घेऊन, प्रत्येक फुलावर ओठ टेकवत ती झाडांशी बोलायची. तो वास आजही तिच्या अंतर्यामात भरून राहलेला होता. स्वतःच झाड व्हावं असं वाटायला लावणारा तो गंध. खंतावून तिनं फ्रीज उघडला. कालचा गजरा प्लॅस्टिकच्या डब्यात निपचित पडलेला. तिनं तो बाहेर काढला. टेबलावर ठेवला. फुलांनी टवटवी धरली तेव्हा त्यांना नुसतंच स्पर्शून ती बाहेर पडली. मुलींच्या संवेदनांत किमान हा गंधतरी राहावा.

कचरा होतो म्हणून बोकिलांनी कालच बिल्डिंगच्या आवारातली दोन झाडं कापून घेतली होती; शिरीषाचं आणि सोनमोहोराचं. त्यांची कापलेली भुंडी खोडं बघून तिच्या मुठी वळल्या गेल्या. दर शनिवारी आवार साफ करून घ्यायची जबाबदारी तिनं घेतली होती. खरं तर महिन्याचे पैसे वाढवून बघू आवार साफ करणारीचे, असंही बोलणं झालं होतं. पण अशी स्वच्छतेची कामं जितकी बिनमोलानं होतील तितकी बघितली जायची. कोणी करायची कटकट त्यापेक्षा झाडंच कापून टाकू यावर सोसायटी मीटिंगमध्ये बहुमत होऊन, इमारतीला धोका म्हणून कापून टाकलेली झाडं बघून ती खंतावली. बोकील जे विजयाचं हास्य करायचे तिच्याकडे बघून, त्यानं तर अधिकच ते सगळं मनात परत एकदा घडायला लागलं तसं तिच्या चालण्याला रागाचे हेलकावे बसायला लागले. मग तिनं लांब श्वास घेतला. अंधाराचा विरघळणारा स्पर्श मनाला उत्फुल्ल करत होता. स्वच्छ उमलत्या मनाला निदान काही काळतरी अस्पर्श राहू द्यावं या विखारांपासून, असं म्हणत ती संथावली. ऑफिसच्या कामांची गर्दी होईलच सुरू डोक्यात थोड्या वेळानं आतापुरता मेंदू

कोरा राहू द्यावा, म्हणत ती चालत राहिली.

ऑफिसमध्ये तसं सोपं असायचं. सट सट सट चौकोन आखले जायचे मेंदूत. मग त्यात वेगवेगळे विषय बसवले जायचे. कामाचे आकडे, शेजारच्या टेबलावरच्या आठवल्यांचे पाचकळ विनोद, राणे साहेबांचा खत्रुड चेहरा, निलजीकरांचा कुत्सितपणा, यांची फोल्डर्स होऊन वेगवेगळ्या ठिकाणी ठेवून दिली जायची. समोरच्या प्रोजेक्टमध्ये डोकं घातलं की सगळं विसरून आकडे डोक्यात फेर धरायचे. त्यासाठीची पाटी पुसून कोरी करणं आता गरजेचं होतं.

तिनं समोरच्या खड्ड्याकडे वेळीच बघितलं म्हणून बरं झालं. पाण्यानं काठोकाठ भरलेला तो खड्डा तिला माहिती होता खरं तर; पण पावसाळ्यात खड्डा कोणता आणि रस्ता कोणता हे कळणं अवघडच होतं. शिवाय कचऱ्यांचे लेप वेगळेच. माणूस विचार करणारा प्राणी आहे तसाच कचरा करणारा प्राणी आहे. मोहेंजोदडो आणि हडप्पा संस्कृतीतल्या सात थरांमध्येही असेल का कचऱ्याचा थर? आपली शहरं गाडली गेली तर लाख वर्षांनी हाती काय लागेल? उदाहरणार्थ कॉम्प्युटरसमोर बसलेली बाई! अशी एक प्रतिमा आपल्या काळाबद्दल काय सांगेल? केवढी प्रगत संस्कृती! असलं काहीतरी म्हणतील तेव्हाचे संस्कृतीकार. कोऱ्या मनावर एक चरा उमटला. पेन्सिल मऊ नसल्यावर कसा उमटतो तसा. ती तो नोंदवत कोपऱ्यावर वळणार एवढ्यात तो समोरून आला.

त्याची ही नेहमीचीच कसरत. स्कूटरवर हे एवढे वर्तमानपत्राचे गठ्ठे रचलेले. पुढे-मागे, पायाशी, सगळीकडेच. सारं जग अंगाखांद्यावर पेलत जाणारा हर्क्युलिस. त्याची स्कूटर मात्र उत्खननात सापडल्यासारखी. ती स्कूटर बघून ती प्रसन्न हसली. प्राचीन भारतीय संस्कृतीच्या विकासाचा आणखी एक पुरावा समोर आल्यावर मन-भरून हसायला नको? स्कूटरस्वार पहाटेच्या संधिप्रकाशात भारी रम्य दिसायचा. एकदम सिनेमातला गरिबीचा अभिनय करणारा हीरो. गेल्या आठ दिवसांतल्या पावसात त्याचं दर्शन झालं नव्हतं. आज एकदाचा दिसला. छान. ती रस्ता ओलांडायला आणि तो वळायला गाठ पडली आणि त्या गडबडीत त्याची स्कूटर कलली. त्यावरचा वर्तमानपत्रांचा ढीग कोसळला. ती मदतीला धावली. कललेली स्कूटर तिच्यावरच्या डोंगरासकट त्यांनी सरळ केली.

''सॉरी हं, मला दिसलात तुम्ही वळताना पण लक्षात नाही आलं.'' वर्तमानपत्रं उचलताना तिनं विचारलं, ''या जागतिक बातमी-ढिगातून तुम्हाला आपला रस्ता कसा काय दिसतो?''

''मला दिव्य दृष्टी आहे ना. तिसरा डोळा!'' म्हणत तो झकास हसला. तिला

ते हसणं भारी आवडलं. त्याच्या मागच्या वर्तमानपत्राची थप्पी बांधायला त्याला मदत करताना तिची बस वळून येताना दिसली. बस पाहून तिचा थप्पीवरचा हात सुटला. ती पळाली. पण स्टॉपला पोहोचेपर्यंत बस गेली. ती वळली तेव्हा तो खाली पडलेली वर्तमानपत्रं उचलत होता. बस गेलेली बघितली त्यानंही. ती रिक्षासाठी वळली तेव्हा तो म्हणाला, ''स्टँडवर रिक्षा नाही. तुम्हाला कुठं जायचंय?''

''त्या टेकडीपलीकडे आयटी कंपन्यांच्या देशात.'' म्हणत तीही हसली.

''माझे हे डोंगर सांभाळून तुम्ही मागे बसलात तर सोडीन मी तुम्हाला.''

''छानच की!'' म्हणत तिनं पदर खोचला. जगाच्या समस्या मांडीवर घेत त्याच्यामागे बसली. स्कूटर डुगडुगत सुरू झाली मग शिताफीनं सुसाट. जागोजागी थांबत तो पेपर्सची भेंडोळी अचूक फेकत होता. त्याच्या पायाशी असलेला गठ्ठा संपला तशी ती तिच्या मांडीवरचे पेपर्स देऊ लागली. त्याची छान गुंडाळून घडी करायची आणि ती भन्नाट वर फेकायची. दारातून, बाल्कनीतून, खिडकीतून अचूक आत. शेवटचे चार पेपर्स राहिले तेव्हा ती इतकी पेटली होती की त्याच्या हातात खांद्यावरची पर्स देऊन तिनंच भेंडोळी फेकायला सुरुवात केली. चारीही चक्क आत गेली. त्यावर तिनंच खूश होऊन टाळ्या पिटल्या. सगळे पेपर्स संपले तेव्हा सुसाट गाडी सोडून आयटीच्या प्रदेशात गेले.

त्यांची ही सकाळची सैर तिला भलतीच आवडायला लागली. त्यासाठी ती घरातून अधिक लवकर बाहेर पडायला लागली. संध्याकाळी घरी आल्यावर तिला पुन्हा पेपर फेकण्याचेच वेध लागायचे. नवरा त्याच्या नेहमीच्या गांभीर्यानं पेपर वाचत असला तरी तिला तो त्याच्या हातातून काढून घेऊन, त्याची गुंडाळी करून झुंईक करून भिरकावासा वाटायला लागला. पेपर बघितला की तिचे हात शिवशिवायचे. पदर खोचला जायचा. त्यातून कुण्या स्कूटरचा बाहेरून आवाज आला की विचारायलाच नको. स्वतःला काबूत ठेवणं तिला अधिकच कठीण व्हायचं. तिची अस्वस्थता नवऱ्याच्या एकदा लक्षातही आली. त्यानं विचारलंही,

''का गं? बरं नाही का तुला?'' इतकी चौकशी म्हटल्यावर ती दचकलीच जरा. तिचं बरं नसणं लक्षात कसं काय आलं याच्या?

''नाही, बरंय. पण पेपर बाजूला ठेव ना जरा.''

''का? जेवायला बसायचं का?''

त्याच्या हातातल्या पेपरवर तिचं लक्ष होतं. त्यानं विचारलेल्या प्रश्नाकडे नव्हतं. तिचा ताणलेला चेहरा त्याला जरा वेगळाच वाटला. कोणत्याही क्षणी ती त्याच्या हातातल्या पेपरवर झडप घालेल अशा स्थितीत ती उभी होती. तो चक्रावला.

त्यानं पेपर ठेवून दिला. नेऊ नंतर संडासात वाचायला. नाहीतरी बायकांना काही पडलेलं नसतंच बातम्यांचं.

पण तिचा या समस्येतला गुंता एवढ्यावर थांबला नाही. तिला रात्रीची झोप लागेना. पेपर टाकायची मजा दिवसभर पुरायची; पण मग रात्री काय करायचं? तिला जगभरच्या बातम्या माहिती होत होत्या हे तिनं नवऱ्याला सांगावं की नाही? पुढे परवा बॉसनं विचारलं होतं नव्या प्रोजेक्टचं डिस्कशन करायला दोन आठवडे इंग्लंडला जाल का म्हणून. पण तिला चिंता पडली होती की तिनं पेपर्स टाकायचं काय करावं? हे नवऱ्याला कळून चालणार नव्हतं. शिवाय ती गेलीच तिकडे आणि तिथंही तिला पेपर्स फेकावेसे वाटायला लागले, तर मग काय करायचं? तिच्या मते प्रोजेक्टपेक्षाही पेपर टाकणं महत्त्वाचं. अवघडही. पण जमायलाच हवं याचं भूत आता तिच्यावर सँवार.

त्या दिवशी ती बाहेर पडली. पेपरवाला त्यांच्या ठरलेल्या ठिकाणी भेटला. आता तिला तिसऱ्या मजल्यापर्यंत पेपर टाकता यायला लागला होता. त्याच्या चेहऱ्यावर तिच्या या नव्यानं कमावलेल्या कौशल्याबद्दल एवढंसुद्धा कौतुक दिसायचं नाही. त्याच्या कौतुकानं तिला वेगळं स्फुरण चढलं असतं अशातला भाग नव्हता. पण आपल्या जोडीला येऊन कोणीतरी नव्यानंच एखादं कौशल्य हासिल करतंय हे मोठ्या मनानं कौतुकायची गोष्ट होती. ती घरात थोरली. त्यामुळं धाकटी भावंडं आल्यावर त्यांचं कौतुक करण्याचं काम तिच्याकडे आलं आणि तेव्हापासून आपण सतत दुसऱ्याचंच कौतुक करायचं असतं, असं तिच्या मनावर नकळत बिंबलं होतं. बाकी लग्नानंतर प्रश्नच नव्हता. साधारणपणे बायकांच्या स्वयंपाकाचं आणि दागिन्यांचं कौतुक करायचं असतं. पण या दोन्हींची तिला फारशी आवड नव्हती. म्हणताना तिनं त्या बदल्यात सगळ्यांची सगळी कौतुकं करायची असतात हे फुकटचं पत्करणं आलं. त्यामुळे कितीही यश मिळवलं तिनं तरी त्यात काय! हे तिनं स्वीकारणं आलंच. उलट हे असं यश मिळवण्याची संधी तुला आम्ही देऊ नाही का केली. तेव्हा त्यात सुख मान. असंही.

पेपरवालाही त्यांच्यातलाच असावा अशी तिला शंका यायला लागली होती. कारण अलीकडे तो 'आज भजी कर.' थाटात तिला फर्मावायचा, ''हं, हा जाऊ दे तिकडे चौथ्या मजल्यावर.'' आणि हे तीन पलीकडे दुसऱ्या आणि तिसऱ्या

मजल्यांवर.'' ती ते फेकायची तोवर तो एखादी सिगरेट ओढून घ्यायचा. आज तिनं त्याला एकदम विचारलं,

''तुम्हाला जोरात शिट्टी मारता येते? अशी बोटं तोंडात घालून? म्हणजे पेपर बरोबर पडला की एक 'फुई हुईक' अशी शिट्टी मारायची.''

''येते मला; पण मारणार नाही. लोक एकतर तक्रार करतील पहाटे पहाटे शिट्टी मारल्याबद्दल; नाहीतर पेपर टाकण्याबरोबर शिट्टी मारून उठवतही जा म्हणतील. म्हणजे एका पेपरवर एक शिट्टी मोफत द्यावी लागेल. ती मी का देऊ? ज्याचं त्यानं व्हावं जागं. मी का जबाबदारी घेऊ? शिवाय शिट्टीनं उठले तर ज्यांना उठायचं नाही ते तक्रार करतील मुद्दाम जागं केलं म्हणून. लोक यूसलेस असतात. शिट्टीचं सोडून द्या तुम्ही.''

ती खट्टू झाली. शिट्टी लोकांसाठी कुठं मागत होती ती? एक साधी खूण. तिला नवीन काहीतरी जमल्याचं अप्रिसिएशन. बस. पण ती लोकं होती आणि लोकांबद्दल पेपरवाल्याचं तिच्या नवऱ्यासारखंच मोठ्ठं तत्त्वज्ञान होतं. तिच्या म्हणण्याला उडवून लावण्याची त्याची हातोटीही डिट्टो नवऱ्यासारखीच. सगळ्या जगाच्या बातम्या असलेला पेपर असा गुंडाळी करून तिसऱ्या मजल्यावर फेकणं, ही गोष्ट जमल्यावर एक शिट्टी मारणं; एवढंच मजेशीर वाटायला काय हरकत होती? एस. एस. सी. झाल्यावरची गोष्ट तिला आठवली. मैत्रिणीबरोबर कुठलातरी सिनेमा बघायला ती गेलेली. पिटातली तिकिटं मिळाली. तिथे नुस्त्या शिट्ट्याच शिट्टया. हिरॉईन पडद्यावर आली शिट्ट्या. हीरोनं मारहाण केली शिट्ट्या. मग ती सिनेमा सोडून शिट्ट्याच बघत बसली. त्यांना कोणतंच लॉजिक नव्हतं. निव्वळ उत्स्फूर्त भावनाविष्कार. खरं तर असं खणखणीत शाब्बास म्हणता यायला हवं एरवीही. इतकी भली कामं होत असतात भोवती तेव्हा का नाही शिट्टी बाहेर पडत तोंडातून? सुरुवात शाळेपासून व्हायला पाहिजे. घरीही. उदाहरणार्थ, एखादं गणित सुटलं विद्यार्थ्याला तर गणिताच्या सरांनी मारावी शिट्टी. पुढची गणितं किती मजेत सुटतील! पण पोरांना नामोहरम करण्यातला मास्तरांचा हिंस्त्र आनंद नाहीसा करावा लागेल आधी. तिनं पेपरवाल्याकडे बघितलं. तो गणिताच्या मास्तरांच्या रांगेतला.

हे शिट्टी प्रकरण तिचा पिच्छा सोडेना. त्या दिवशी ऑफिसमध्येही तिचं लक्ष लागेना. हा शिट्टीचा प्रश्न सोडवायचाच. ती इतकी अधीर झाली की निलजीकर दिसल्यावर तिच्या एकदम मनात आलं, निलजीकरांना विचारावं का शिट्टीविषयी?

पण लगेचच त्यातला अतोनात धोका जाणवून तिनं स्वतःला थांबवलं. मधल्या सुट्टीत प्रिन्स आला. प्रिन्स म्हणजे इडली-वडावाला. काळा, बुटका. काळ्या-पांढऱ्या दाढीचे खुंट गालांवर. त्याच्या बुटक्या बोटांनी भराभर इडल्या वाढायचा. पांढरेशुभ्र दात दाखवून हसायचा. त्याची गरमगरम, मऊसूत, पांढरीशुभ्र इडली खाताना त्या इडलीसाठी एक शिट्टी मारायला हवी, असं तिच्या मनात आलं. तिनं त्याला विचारलं,

''प्रिन्स, तुम्हे सीटी बजानी आती है? ऐसी... ?''

''क्या मॅडम, हम तो एकदम डिसेंट आदमी है मॅडम. चर्च जाता है. हमारे सारे लेडिज कस्टमर्स को पूछो मॅडम. हम कभी सीटी बजाता क्या करके.'' तो फारच कसनुसा झाला.

''अरे इसमें डिसेंट का क्या सवाल है, प्रिन्स? तुम्हारी इडली इतनी ब्यूटिफुल है तो उसके लिये सीटी बजानी चाहिये. तुम इडलीवडाऽऽ करके पुकारते हो ना उसके साथ एक सीटीभी होनी चाहिये.'' ती हसत म्हणाली.

''मॅडम, हमारा सभी कस्टमर लेडिजही रहता है. चला जाएगा.''

साध्या साध्या गोष्टी सगळ्यांनी अवघड करून ठेवल्यात. का ते कळत नाही. असं म्हणत तिनं तिच्या मेंदूतला कॉम्प्युटरचा कप्पा उघडला. भराभर कामाचे ढीग उपसायला सुरुवात केली. फोन वाजला. साहेब होते.

''काय ठरलं सुवर्णा मग? जाताय ना तुम्ही इंग्लंडला?''

''हो.'' ती म्हणून गेली.

''ठीक. मग तयारीला लागा. आज एक मीटिंग घेऊन गोष्टी ठरवायला लागू.''

तिला एकदमच मुक्त वाटलं. आता स्वतंत्रपणे शिट्टीची प्रॅक्टिस करू! ती खूश झाली. मुक्तपणे हिंडू. नवनवीन आश्चर्यं प्रत्यक्ष डोळ्यांनी बघू. घरी जाऊन स्वयंपाक करायचाय असा कोणताच ताण मनावर न घेता. कॉम्प्युटर्सनी वैतागच आणलाय या. दररोज १४-१५ तास खुर्चीत डकवून ठेवतात. जगातल्या यच्चयावत माहितीला या छोट्या डब्यात कोंबून परत त्याचे छोटे छोटे तुकडे करून व्यवस्थित पॅकेजिंग करायचं म्हणजे डेंजरच. सगळी माहिती ताब्यात घ्यायची. ती बटणांच्या तालावर नाचेल अशा पद्धतीनं मांडून द्यायची, म्हणजे मग बटणं वाटेल तशी दाबून जगभर उत्पात करायचा धोका एकदम बोटांच्या टोकावरच आपल्या! खरंच डेंजर. हा डेंजर शब्द कुठून येतोय सारखा डोक्यात?

तिला आठवला तो तिच्या घराच्याजवळ फूटपाथवर झोपणारा वेडा. बोचक्यात कुठून कुठून चिंध्या जमा करून सांभाळायचा. तो कुठून आला होता माहीत नाही. तो कधीच काही मागायचा नाही. त्याच्या त्या बोचक्यात एक कप होता. त्यातून समोरच्या चहावाल्याकडून चहा घेऊन प्यायचा. मग म्हणायचा, 'डेंजर आहे, लई डेंजर आहे.' पण हे म्हणून तो छान खळखळून हसायचा. निरागस. कधी चहावाल्याचा कप पळवून न्यायचा. मग त्यांची खोटीच पळापळी आणि मारामारी व्हायची. त्यानं तो आणखीनच हसत राहायचा. ती डोळे भरून पाहत राहायची ते हसणं. कोणताही विखार नसलेलं.

निलजीकरांनी फाईल्स तिच्यासमोर आदळल्या तेव्हा ती तशीच हसली. वेडा समोर आल्यासारखी. निलजीकरांबद्दल एवढं प्रेम वाटायचं कारण काय खरं तर? पण त्या वेड्याची नुसती आठवणदेखील अशीच भारून टाकणारी होती.

''साहेबांनी तुम्हाला द्यायला सांगितल्या आहेत या फाईल्स.''

''हो? बसा ना. मला विचारायचंच होतं तुम्हाला आपल्या त्या प्रोजेक्टविषयी.''

''ते साहेबांनाच विचारा आता. इंग्लंडला मी येत नाहीये तुमच्याबरोबर साहेबच असतील ना..''

निलजीकरांचं हसणं तिचे ओठ शिवत गेलं. डेंजरचा खरा अर्थ तिला पुसटसा चाटून गेला; पण तिनं तो मनाआड केला. तिला कुठेतरी दूर जायचं होतं. मग ते कुठेही चाललं असतं. अगदी हंपी, बिदर, कसौनी, टिंबक्टू, कुठेही. तुटलेपण आलं होतं. अगदी मुलींशीही. त्या कॉलेजमध्ये जायला लागल्यापासून. त्यांचा आणि तिचा मार्ग असा अचानक वेगळा कसा झाला? आपण आपली भाषा अपग्रेड करायला कमी पडलो बहुतेक. तिच्या मनात एक प्रकाशाची फट चमचमली. मुलींना वाढवायचा ताण. तोही अमृता देशपांडे, जान्हवी तुपे भोवती घडत असताना. एवढीच भाषा आपण सांभाळली का? ती मुग्ध झाली क्षणभर. मग तिनं तिच्यासमोरचा स्क्रीन साफ करायला घेतला. निरुपयोगी, घुसखोर, पडीक प्रोग्रॅम्स तिनं भराभर ट्रॅशकॅनमध्ये टाकायला सुरुवात केली. डिलीट, डिलीट, डिलीट. मुलींना स्वातंत्र्याचा खरा अर्थ कुठून समजावायचा आणि कसा? ते इतके सोपे आणि नगदी नसतात; पॉप अप्समधून समोर नाचणाऱ्या गिफ्टबॅग्जसारखे. हा डे तो डे म्हणजे प्रेम नव्हे. मदर्स डेला त्यांनी आणलेली फुलं फुलदाणीत खोचून ठेवताना तिला रडूच फुटायचं खरं तर विरसून. त्यांनी बसावं, बोलावं असं सारखं मनात यायचं; पण त्यांच्याशी कशावर बोलायचं? काय बोलायचं? हा प्रश्न आताशा फारच मोठा झाला होता.

तिचे विषय वेगळे. त्या क्वचित सहानुभूतीनं ऐकायच्या; पण भावना आणि व्यवहार यांच्यातली त्यांची विभागणी अगदी काटेकोर असायची. तिनंही अलीकडे हट्ट सोडला होता. रक्ताची नाती करकचायची नाहीत हे तिचं म्हणणं तिलाच पेलावं लागणार होतं. तिनं एक खोल श्वास घेतला. जावंच आपण इंग्लंडला. आपलं असं दूर जाणं कदाचित काही वेगळं घडवेल. तिनं मॉनिटर वळवून घेतला. प्रोजेक्ट रिपोर्ट करण्यासाठी की-बोर्डवर तिची बोटं फिरू लागली.

संध्याकाळ उलटली तेव्हा ती भानावर आली. डोकं झटकून त्यातला डेटा बाहेर सांडून टाकावा म्हणून ती मॉनिटरपासून दूर गेली. डोळे कमालीचे थकलेले, डोकं बधिर झालेलं. मेंदू स्प्रिंगसारखा ताणला गेलेला. कोणत्याही क्षणी कवटी फोडून बाहेर येईल अशा स्थितीत पोहोचलेला. लिफ्ट थांबल्याचं तिला कळलं नाही. बाहेर पडायचं? कशासाठी? आता आठ तासांनी ती पुन्हा तिथंच तर येणार होती किंवा ती तशी कुठंच जाणार नव्हती वेगळीकडे खरं तर. 'जय जगदीश हरे'ची ट्यून लागली. लिफ्ट उघडली गेली असणार. त्यातल्या भक्तगणांना सुखरूप बाहेर सांडत असणार लिफ्टचं दार बंद होईतो गाणं रेटत राह्यलं. तिच्या डोक्यातल्या उरल्यासुरल्या खाचांमध्ये ते सूर पक्के बसले. आणि मग आख्खा संपृक्त मेंदू घेऊन ती चालायला लागली. हा मेंदू रिकामा केला पाहिजे एवढाच शीण तिला जाणवत होता.

शिट्टी राहिलीच की. ती तरारली. तिनं चालता चालता बोटं तोंडात घातली आणि ती शिट्टी वाजवायचा प्रयत्न करायला लागली. आता कोणी गुरू शोधण्याच्या भानगडीत पडायचं नाही, असं तिनं ठरवलं. एकाच हातानं बघू वाजवून म्हणजे भाजीची पिशवी कुठं ठेवायची असा प्रश्न नको. चालता चालता अचानक तिची शिट्टी वाजली. फुई हुईक. एकदा, दोनदा, तीनदा. एकदम आवाज आला, ''लई डेंजर!'' त्यापाठोपाठ खळाळून हसणं. तीही हसली. प्रसन्न. समोरच्या फूटपाथवर तो वेडा मनापासून हसत होता. तिनं त्याच्याकडे बघून परत एकदा शिट्टी मारली. तो खूशच. त्यानंही बोटं तोंडात घातली. त्याला जमेना. तिनं त्याला पकडून गोल केलेली बोटं दाखवली आणि तोंडात घालून दाखवली. तिची शिट्टी पुन्हा वाजली. मध्ये रोंरावत जाणाऱ्या वाहनांनी भरलेला रस्ता दोघंही विसरले. तिची शिट्टी ऐकून त्यानं त्याच्या बोचक्यातून कप काढला. तिची शिट्टी त्यात भरून घ्यायला तो भर रस्त्यात धावला. तेवढ्यात शेजारून येणाऱ्या मोटरसायकलनं त्याला उडवला.

त्याचा कप फुटला; पण त्याला लागलं नव्हतं. मोटरसायकलवाला संतापून खाली उतरला. वेड्याची गचांडी धरून त्याच्या दोन कानफटात लगावून तो म्हणाला, ''तिच्या मायला, मरायचं तर एकटा मर की भाड्या.'' ती क्षणभर थिजली. मग सरळ मोटरसायकलवाल्यापाशी गेली आणि त्याची गचांडी धरली आणि त्याला बाजूला केलं. त्यामुळे त्यानं हातात धरलेली त्याची गाडी पडली आणि तिचा आरसा फुटला. वेडा रडत होता. तिनं त्याला जवळ घेतलं. त्याचा कप फुटलेला. बोचकं विखुरलेलं. ते गोळा केलं. रस्त्यावर लोक जमायला लागले. मोटरसायकलवाल्याबद्दल त्यांना सहानुभूती. एवढ्या महागाची गाडी अशी चेचल्याबद्दल. तिला त्यांचं भान नव्हतं. वेड्याचे डोळे वाहत होते. तो आता हसलाच नाही तर? नुसत्या कल्पनेनंच ती उद्विग्न झाली. समाजानं इतकं निर्हेतुक हसू गमावता कामा नये. त्याचं मोल त्यांना का कळत नव्हतं? पण कळत नव्हतं खरं. लोकांनी त्यांच्याभोवती रिंगण केलं. मोटरसायकलवाला संतापून अद्वातद्वा बोलत होता. लोकांच्या हातात दगड होते. ते त्यांच्यावर पडणार एवढ्यात तिनं तिच्या मेंदूतले आकडे त्यांच्यासमोर भिरकावले. तितकेच कठीण. कठोर. त्या भाषा तर दैवीच. देवभूमीत नेणाऱ्या. जावा, सी प्लस प्लस, एच. टी. एम. एल., ओरॅकल. कोणाची बिशाद ओरॅकल नाकारण्याची! वेड्याचं लक्ष त्याच्या कपाच्या तुकड्यांकडे. त्यानं ते गोळा केले आणि तो फुटून रडायला लागला. तिनं त्याला धरून बाहेर काढलं तसा तो पळत सुटला आणि दिसेनासा झाला. ती हताश. अर्थात तो राहता तरी त्याचं काय करायचं हे तिला समजलं नसतंच. बघू उद्या शिट्टी मारून. येईलही कदाचित. पहाटे लवकर उठून येऊ या. ट्रॅफिक सुरू व्हायच्या आधी. आज आपलं चुकलंच. तो पलीकडे आणि मध्ये ट्रॅफिक असताना आपण शिट्टी मारायला नको होती. पण आपल्याला तरी काय माहीत तो असा पळत येईल म्हणून? शिट्टीनं खूश झाला तो.

उद्या शिट्टी मारून त्या वेड्याला बोलवायचं आणि पेपरवाल्याला चिडवायचं, या दोन्हीही कल्पनांनी ती खूश झाली. घरापाशी पोहोचली तेव्हा तिला आणखीनच नव्या कल्पना सुचायला लागल्या. मग बेल वाजवायच्या ऐवजी तिनं शिट्टीच मारली जोरदार. लेक पळत आली आणि तिनं दार उघडलं. दारात आईला बघून ती चकितच झाली.

''तू शिट्टी मारलीस?''

''वाजवली.'' ती हसत म्हणाली. लेकीलाही खुदकन हसू आलं. तिनं

तिच्या हातातल्या पिशव्या घेतल्या.

आत येऊन दार बंद करत तिनं लेकीला विचारलं, ''तुम्ही मुली मारता की नाही शिट्ट्या?''

लेकीनं डोळे मोठ्ठे केले. हसून म्हणाली, ''जुनी झाली ही पद्धत.''

''मुलांनी शिट्ट्या मारायची पद्धत जुनी झाली, मुलींनी शिट्ट्या मारायची नाही.''

ही कुठली आई? अशा भावांनी लेक तिच्याकडे बघतच राहिली. तिच्या पाठोपाठ स्वयंपाकघरात आली.

मी शिट्ट्या मारायचं सॉफ्टवेअर डेव्हलप करू शकते.'' ती लेकीला म्हणाली.

''खरंच?'' लेकीनं उत्सुकतेनं विचारलं. ''म्हणजे मग ते मोबाईलवरही घेता येईल?''

''हं. आणि तुझा मोबाईल शिट्ट्या मारेल.''

''आपण त्यात आणखीही काय काय घालू शकू ना?''

''गाणी तर असतातच की हल्ली. होय ना?''

''हं. पण त्यापेक्षा वेगळं. म्हणजे माणूस ओळखून आवाज काढणं वगैरे?'' लेकीनं विचारलं.

तिच्या डोक्यात नक्की काय चाललं होतं ते सुवर्णाला कळलं नाही. पण लेकीशी गप्पा मारता यायला लागल्या याचं अप्रुप वाटत ती नव्या प्रोग्रॅम्सच्या शक्यतांचा विचार करायला लागली.

# प्रेमशब्द

गौरी तळेगावहून शिकायला पुण्याला आली तेव्हा जरा भांबावलीच होती. तसं खरं तर काही कारण नव्हतं. ती बोर्डात आली होती बारावीला. तिच्याही नकळत. तिनं आधीच ठरवल्याप्रमाणे ती आर्ट्सला गेली होती. कारण बोर्डात येणं म्हणजे हुशार असणं, म्हणजे सायन्सला जाणं या समीकरणावर तिचा विश्वास नव्हता. तिचं शब्दांवर प्रेम होतं. फार गांभीर्यानं घ्यायची ती शब्द. म्हणजे खरं तर सायन्सलाच जायला हवं होतं का? कारण तिथे शब्दांचे अर्थ सांभाळले नाहीत, तर समीकरणं चुकायची. एक निश्चित वर्तनशक्ती असायची शब्दांत तिथे. म्हणूनच मग ते तिला गुदमरवून टाकायचे. मंगेश पाडगावकरांच्या कवितेसारखे. हमखास. चोख. प्रेम म्हणजे प्रेम म्हणजे प्रेम असतं. तुमचं आमचं... हे कसले शब्द म्हणायचे? सेम असतं इतक्या खात्रीनं सांगणारे? ती मग भिरकावून द्यायची शब्द. अर्थ कमवा. मग या. असं ती स्वतःलाच बजावायची. चविष्ट खाण्यासारखे शब्द वापरायचा तिला राग होता. तिनं स्वतःला शब्दांसाठी अनेकदा वेठीला धरलं होतं.

चार वर्षं तिनं मूकपणे प्रेमही केलं होतं. जबांपर दिलकी बेचैनी कभी लायी नहीं जाती... कहनेको बहुत कुछ था अगर कहनेपे आते... हे शब्द जेव्हा आपले म्हटले तेव्हाच प्रेमाचा अर्थ निश्चित झाला नाही? हे असं प्रेम करता आलं तरच शब्दांवर प्रेम करण्याचा आपल्याला अधिकार आहे. त्या रात्री नऊ वाजता तोरणा चढायला सुरुवात केली तेव्हा गडद अंधारात एक एक पाऊल रोवताना ती फक्त

रोहितचा शेजार अनुभवत होती. तो दमदारपणे सगळ्या गटाला घेऊन वर चढत होता. एका तुटलेल्या कड्यापाशी साखळीला धरून येताना भीषण घाबरून खाली बसलेल्या अस्मिताच्या कंपित अवस्थेच्या अनुकंपेनं प्रेरित होऊन तो दयार्द्र पुरुषार्थानं तिच्या प्रेमात पडला. ओठ घट्ट आवळून, छातीत कोंदलेला श्वास सांभाळत गौरी निकरानं तो कडा एकटी चढली. देवळाबाहेर पेटवलेल्या धुनीशी पाठ शेकत थंड पडलेल्या ओठांनी ती नेरुदा आठवत होती. वर्मी दगड लागलेल्या कुत्र्यासारखी तिची सॅक तिच्या पायाशी पडली होती. अस्मिता, प्यार करनेवाले प्यार करते हैं शानसे... वगैरे गाणी म्हणत होती, गाण्याच्या भेंड्यांमध्ये. ही ट्रॅजिडी म्हणता येईल? कोणाची?

*एकाकीपणाच्या या उत्तुंग अवकाशात एकटीच उभी राहून मी सांभाळते*
*भंगलेल्या दिवसांच्या अवशेषांत चंद्रप्रकाशाची ऊर्जा*
*पूर्ण उमलण्यातही नामशेष होण्याचं भान असलेली*

असं काहीसं असावं शोकांत भानाचं. एक अटळता अपार्थिवाला पार्थिवाचा स्पर्श असण्याची. ग्रीक शोकांतिकांना मानवी बनवलं इंग्रजी व्यावहारिकतेनं. मानवी असण्याचा भाग किती गुंतवणारा असतो... कदाचित थोडं शहाणपण असतं तर... असं वाटायला लावतं... अर्थात शहाणपण हा शब्द जरा चकवणारा... सुखांतिकांची लालूच दाखवणारा. गौरीला शोकांतिकांचं जास्त आकर्षण. सुखांतिका सायन्ससारख्या. तत्पर लॉजिक आणि इन्स्टंट उपाय असणाऱ्या. जर त्याचा बांधलेपणा पक्का लक्षात घेऊन, त्या बांधलेपणासकट निर्ममपणे सुखाकडे जाणारा ऑस्कर वाईल्ड असेल, तर मग सुखांतिकांना वेगळी लज्जत यायची. त्या जवळजवळ शोकांतिकाच खरं तर. ते भान त्याला होतं म्हणून डोरीयन ग्रे आला. पुढे बर्नार्ड शॉनं वाईल्डच्या हिंसेतून सुखांतिकांना मुक्त केलं. माणसाला नैतिकतेची लखलखीत जाणीव देऊन. तोही हबकला अखेरीस. हार्टब्रेक हाऊस. माय डिअर शॉ!

ती कालच्या कड्यावर बसून भोवताली पसरलेल्या पर्वतरांगांकडे बघत होती. रात्री इथूनच चढून आलो यावर तिचा विश्वास बसत नव्हता. पण ठरवलं तर इतकी अवघड चढण चढता येते हे सुखावणारं होतं. घनगर्द जांभळ्या घळी, पावसात प्रपात झेलणाऱ्या... एका आदिम तहानेनं आणि दुःखानं कोसळणाऱ्या जळाला चिरकालीन दुःखवेदनेसारखं गर्भात लपवणाऱ्या घळी, दऱ्या, खोरी. निःशब्द कड्याच्या काठाशी उभं राहून ती पाहत होती; रात्रीच्या मुळांनी शोषलेला प्रकाश पर्वतांच्या शिखरांवरून केशरी, लाल, निळ्या फुलांमधून बहरताना. अतीव दुःखानं तो कोवळा बहर दग्ध करत उगवणारी सूर्याची तबकडी तिनं सोडून दिली पर्वतांवरच

घरंगळत. क्षितिजाची अग्निफुलं सांडलेल्या गवतातून वणव्याची रेषा उमटली. गवताची तुसं चघळत वारा धावत होता.

दूरदर्शन मालिकेच्या दिग्दर्शकाचा फोन आला तेव्हा गौरी जराशी चक्रावली. तिचे दोन कवितासंग्रह, एक कथासंग्रह आणि एक कादंबरी एवढीच कमाई होती आजवर. त्यांच्या विक्रीचा आकडा फार काही कौतुकास्पद नव्हता. पण संख्या हा काही तुमची पात्रता सिद्ध करण्याचा एकमेव निकष असू शकत नाही. कमल देसाईंच्या कादंबरीवर दूरदर्शन मालिका सुरू करायचा विचार होता त्या दिग्दर्शकाचा. 'काळा सूर्य' आणि दूरदर्शन मालिका हे समीकरण तिच्या आकलनापलीकडचं होतं. तिनं त्यांचं म्हणणं सुरुवातीला उडवून लावलं; पण दिग्दर्शकाचं म्हणणं, तिनंच संवाद लिहावेत. तिला वाटलं करून तर बघू. त्यांना काय भावलंय ते बघू. शिवाय 'काळा सूर्य'वर दूरदर्शन मालिका म्हणजे एका अवघड निखळतेला घेऊन संख्येला सामोरं जाता येईल.

'काळा सूर्य' तिच्या अनेक वर्षांच्या चिंतनाला आणि आकलनाला आव्हान देत राहिलेली कादंबरी होती. अलीकडे ती त्यातल्या शब्दांना प्रतिमास्वरूपच बघायची. कारण मग त्या शब्दांची आव्हानं काहीशी सघन व्हायची. नितळ, निळसर काळ्या, गुळगुळीत, थंड पाषाणांचे ढीग. तीन एरंडाची झाडं. कॅमेरा दुसऱ्या टोकाला नेला तर मग निर्मनुष्य, भव्य, गूढ मंदिर. . युद्धप्रसंग कोरलेल्या भिंतींनी कडेकोट सांभाळलेली अश्वरथाच्या युद्धाची रहस्यं. ते तर नजरबंदीचं चेटूक करणारं कलाशास्त्र. अव्याहत, अनंत लख्ख काळ्या उजेडात चाललेली झुरमुरती शुभ्र रेषा. या काळ्या चेटुकातून निघून करड्या वाळवंटी ओसाडीवर असलेल्या पडझडलेल्या वसाहतीत. तोंडावर पदर ओढून चाललेल्या बायकांमध्ये वळसत लवलवणारी शुभ्र पांढरी रेषा. अखंड ओसाडीवर असलेली ती हिरव्यागार वासाची विहीर, युगानुयुगं साठून विखारी बनलेलं पाणी नुसत्या वासानंच दहशत निर्माण करतं. ती शुभ्र रेषा त्या पाण्यात उडी मारते तसा त्याचा हिरवा रंग मावळतो. रेषा उद्दिपित होत अनेक धारांनी लखाखते. घराघरांना वळसत जातात तिच्या धारा तशी वाळू हिरकणीसारखी चमचमते, उमलते. बायका चेहऱ्यावरचे पदर त्यांच्याही नकळत दूर करतात. घराच्या आडोशातून बाहेर डोकावतात. या वर्षीचा उन्हाळा फारच दाहक म्हणतात. घराच्या भिंती तापून लाल होतात. त्या रंगानं संपूर्ण ओसाडी दिमाखदार बनते. लालबुंद फुललेल्या निखाऱ्यांतून बायका बाहेर पडतात. एरंडाची झाडं उभी पेटलेली; पण पायाखालची वाळू उष्ण-शीतल अनिवार. एव्हाना वाऱ्यानं भरारा उडणारे पदर बायका कंबरेशी खोचून जास्वंदीच्या पाकळ्यांसारखी फुललेली

घरं अनिमिष बघतात. अश्वरथानं सूर्याला उतरवण्यासाठी, बंदिवान करण्यासाठी आकाशाला बांधलेली शिडी अर्धवट लोंबकळत एरंडांवर पडलेली. तीही एरंडांमधून जळत असते. असंख्य शुभ्र धारांनी ती रेषा मंदिरावर नर्तन करते तसा मंदिरात पाषाण होऊन घट्ट दडस पडलेला सूर्य त्या धगीनं वितळायला लागतो. पाषाणाच्या स्तब्ध काळ्या मूकतेवरून शुभ्र लसलसते ओघळ वाहतात. ती ऊब सहन न होऊन पाषाण भंगतात, उलतात. विस्फोटतात. काळ्या-पांढऱ्या रंगांचं ते नर्तन बघताना बायका घरं विसरून जातात.

ती गेली तेव्हा दिग्दर्शक बऱ्याच लोकांच्या घोळक्यात बसले होते.

''अरे वा वा वा, तुम्ही चक्क इथे आलात? छान.'' त्यांनी गौरीचं स्वागत केलं. गौरी चक्रावली. (त्यांनीच तर फोन करून, ठरवून इथे भेटायला बोलावलं होतं. ती अचानक तिथे फिरायला गेल्यासारखा सूर का लावावा त्यांनी?) ''आपल्या 'अस्मिता' कथामालिकेत कमल देसाईंची 'काळा सूर्य' घेतोय ना आपण? यांनी त्यावर काही लिहिलं होतं असं प्रकाश म्हणाला. म्हणून मग त्यांना सांगू लिहायला असं मनात आलं. त्याही लिहिते म्हणाल्या संवाद.'' त्यांनी सहज सांगितल्यासारखं दाखवत घोळक्याला सांगितलं. मग तिला खुर्चीवर बसायला हात करत म्हणाले, ''आमचा फार महत्त्वाकांक्षी प्रकल्प आहे हा. मराठी साहित्याला सोन्याचे दिवस यावेत यासाठी मराठीतले प्रमुख लेखक घेतोय आपण (आपण?) गेल्या पन्नास वर्षांतले. त्यांच्या गाजलेल्या कथांवर ही मालिका असेल. आपल्याकडे साधारणपणे बारा-चौदा पटकथा/संवाद लेखक आहेत. शिवाय सहा साहायक दिग्दर्शक आहेत. पंधरा भागांत आपल्याला दहा लेखक बसवायचे आहेत. 'काळा सूर्य'साठी दोन भाग देणार आहोत. त्यांचा उदार आवाज ऐकून गौरीला हसू आलं.

''काळा सूर्यला पंधरा भागही पुरणार नाहीत कदाचित.'' ती म्हणाली.

''कल्पना आहे. पण आपल्याला ती दोन भागांतच बसवावी लागेल.'' त्यांना गौरीचा ठामपणा आवडला नसावा.

''मुळात स्त्रीच्या अगतिकतेची शोकांतिका आहे ती. नाकारली गेलेली स्त्री कोणत्या थराला जाऊ शकते याचं ते उत्तम उदाहरण आहे. प्रभावी असलं तरी स्त्रीला अगतिक दाखवणं तुम्हालाही आवडणार नाही. आता तर स्त्रिया इतक्या यशस्वी, कर्तबगार, उद्योजक आणि आत्मविश्वासू झाल्या असताना... हो ना?'' स्वतःच्या 'आत्मविश्वासू' शब्दावर ते खूश झाले आणि हसले.

गौरी वाचा गेल्यासारखी थंड पडली. मग सावरत म्हणाली, ''कादंबरीचा अर्थ लावण्याचं स्वातंत्र्य आहे ना मला?''

"तुम्ही आमच्या संपूर्ण मालिकेच्या संदर्भात तो लावावा." दिग्दर्शकांनी सांगितलं. "पण शोकांतिका वगैरे नकोत. बोध मिळाला पाहिजे."

इतकं बोधप्रद साहित्य निर्माण होऊनही भारतातला भ्रष्टाचार इतका भीषण, प्रचंड का? आणि बोध कोणी कसा काढायचा हे स्वातंत्र्य आपल्यासारख्या लोकशाही देशात आपण मानणार की नाही?

"आपण कवितेला इतकं का घाबरता?" गौरीनं अचानक विचारलं.

"कवितेला कोण घाबरतं? मी तर प्रेमात आहे कवितेच्या. संदीप खरे, सलील कुलकर्णी, सुरेश भट आपले आवडते. "

गौरीनं हात ओठांवर ठेवला. साहित्य अलीकडे फारच जणांना सहज कळत असतं. व्यवस्थापनातही त्याचा विपुल वापर सुरू झाल्यापासून साहित्य कळलं नाही, तर व्यवस्थापक म्हणून आपण अपुरे ठरू अशी काळजी वाटून शेकस्पिअर आणि व्यवस्थापन कौशल्ये वाचण्याचा सपाटा शेकस्पिअर इंडस्ट्रीला बराच लाभदायक ठरत होता. कमल देसाई आणि मराठी स्त्री वेदना असं काही भावाकुल दूरदर्शन मालिकांना उपयुक्त तर ठरणार नाही? एक भयानक सुरी गौरीच्या अंतःत्वचेला गोल खोदत गेली.

तिनं तो सुरी धरलेला हात पकडला. म्हणाली, "काळा सूर्य कशाबद्दल आहे असं तुम्ही म्हणाल?"

"नकळत्या वयात स्वतःच्याच मामेभावाकडून फसवली गेल्यानं जगाशी कधीच सांधा जुळवू न शकलेल्या बाईची शोकांतिका आहे."

"शोकांतिका कशी?"

"वेड लागतं ना तिला शेवटी?"

"वेड? कसं?"

"एक तर स्वतः निवेदकच सांगते वाचकाला. आता तुम्ही ते कसं बघता यावर अवलंबून आहे. ट्रॅजिडीत तो ट्रॅजिक फ्लॉ असतो ना? तो त्या नायिकेत आहे. तिला जरा जास्तच आत्मविश्वास आहे. तो घातक ठरतो शेवटी."

"कसा?"

"तिचं कोणाशीच पटत नाही. तिला त्या वशिंडेनं हो म्हटलं असतं तर ती वाचली असती."

गौरी थक्क झाली. स्त्रियांची सर्व दुःखं अंतिमतः त्यांना पुरुषांनी नाकारण्यातच आहेत हे किती ठामपणे गृहीत धरतात हे. डोळे उघडे नाहीत? भोवताली बरेच गंभीर उत्पात माजले आहेत हे यांच्या गावीही नाही? त्या उत्पातांचा विचार स्त्री स्वतंत्रपणे

करू शकते हे त्यांना मनातही आणता येत नाही? जगातल्या सर्व दुःखांवर लैंगिक समाधान हा एकच उपाय असणाऱ्यांकडे आपण 'काळा सूर्य' सोपवायची? भेलकांडत तिनं टेबलाचा काठ पकडला.

"अश्वरथ, विरंची वगैरेंचा अर्थ कसा लावाल तुम्ही?" तिनं विचारलं.

"तो तुम्ही लावा. नाहीतर गाळून टाकला तरी चालेल. मला विचाराल तर मला ते व्हिज्युअली पॉवरफुल वाटतं. आपल्या स्थापत्यशास्त्राबद्दल कोणी काही म्हटलेलं नाही; पण प्रत्यक्ष सूर्याला मंदिरात आणणारा अश्वरथ म्हणजे शौर्याचं आणि आपल्या अत्यंत बलशाली राज्यपद्धतीचं प्रतीक म्हणायला लागेल."

"इतकं भव्य आणि उच्च प्रतीक नायिकेला नष्ट का करावंसं वाटतं?" गौरीला वाटत होतं की बहुतेक ती तिथून चालती झाली तरच बरं.

"तेच तर ना. स्त्री-मुक्तीनं नसत्या कल्पना भरवल्या बायकांच्या डोक्यात. खरंतर स्त्री-मुक्ती ही पाश्चात्त्य कल्पना. आपल्याकडे बायकांना किती मान होता. देवीची मंदिरं फक्त आपल्याच संस्कृतीत आहेत. काय म्हणाल तुम्ही?"

"खरं आहे." गौरी म्हणाली. गौरी उठली. घरी आली. तिला संवाद लिहायला जमणार नाही, असं तिनं दिग्दर्शकांना कळवून टाकलं.

गेली दोन वर्षं गौरीनं काहीच लिहिलं नव्हतं. कागद, पेन घेऊन बसली तरी तिला शब्द सुचायचे नाहीत. तिनं खूप प्रयत्न केले तरी डोक्यातली अथांग पोकळी तिला संपवता येईना. ती पोकळी इतकी जड होती, की तिच्यात कोणताही शब्द खेचला जाऊन संपायचा. मग तिनं शब्दकोडी सोडवायला घेतली. व्यसन लागल्यासारखी ती शब्दकोडी सोडवायला लागली. त्या उभ्या आडव्या चौकटीत शब्दांना शिस्तीत उभं केलं की तिला बरं वाटायचं. निदान एवढेतरी शब्द आपल्याजवळ आहेत म्हणून. पण दोन हजार कोडी सोडवल्यावर तिच्या लक्षात आलं की साधारणपणे शब्दांची मिसळण करण्याची एक पद्धत आहे. तिच्या बसमध्ये एक शब्दकोडी-प्रवीण माणूस होता. शब्दकोडी सोडवताना बघितल्यावर त्यानं अत्यंत उत्साहानं तिला शब्दकोड्याचं गुपित सांगितलं होतं. "आमचा शब्दकोडी सोडवणाऱ्यांचा ग्रुप आहे. आम्ही दररोज पैसे लावून कोडी सोडवतो. जो लवकरात लवकर सोडवेल त्याला त्या दिवशीचे पैसे आम्ही संध्याकाळी पोहोचते करतो. एका शब्दाला दहा पैसे. मी पंचवीस वेळेला जिंकले आहेत. महाशब्दकोडी दोन वेळा. त्याचं तंत्र एकदा लक्षात आलं ना की मग पटापट सोडवता येतात शब्दकोडी. शब्दांच्या एकमेकांत अडकायच्या कड्या असतात." त्या घनदाट मिशा आणि टक्कल असणाऱ्या

माणसानं अत्यंत उत्साहानं तिला शब्द गुंतवण्याचं तंत्र समजावून सांगितलं, ''रण-वरण-शिकरण-केळवण-चरण, पावन-घावन-वन-लोकवन...'' मग त्यानं तिच्यासाठी जागा धरून ठेवायला सुरुवात केली. फार गर्दी असेल तर तो उठून तिला जागा द्यायचा. एका हातानं बसचा दांडा धरून, गर्दीचे धक्के खात तो कोडं सोडवायचा. त्याचं बहुतेक वेळेला आधी सोडवून व्हायचं. आपण एवढ्या लेखक, कवयित्री असताना, मनपातल्या कारकुनाला शब्दकोडी इतक्या त्वरेनं सोडवता यावीत याचा तिला विषाद वाटला. मग तिनं शब्दांच्या जोड्या बनवल्या. एकमेकांमध्ये नेमक्या बसणाऱ्या. उभ्या आडव्या चौकोनांना व्यवस्थित बांधणाऱ्या. त्याच्या शब्दखेळाशी तीही झुंजायला लागली. तिचा प्रयत्न त्याला अधिकच उत्तेजित करायचा. मग तो अधिक वेगानं कोडी सोडवायचा. त्या उत्साहानं त्याच्या गालावर एक सुंदर खळी उमटायची एवढंच तिला आज आठवतं. पुढे त्या चेतण्याचाही तिला कंटाळा आला. पोर्न पाहून लैंगिक कसरती केल्यासारखं. हे असं नसतं. निदान शब्दांचं तरी. नसावं. नसायला पाहिजे. बऱ्याच वर्षांनंतर ती आंतर्बाह्य थकली. तिनं मग आजवर केलेलं सगळं लेखन रिसायकल बिनमध्ये टाकून दिलं. कॉम्प्युटर बंद केला. घरातली सगळी पेनं केरात टाकली.

आज तिला एका साहित्य संमेलनाचं निमंत्रण आलं. ती आजवर संमेलनं नाकारत होती. स्वतःची कविता जाहीर वाचणं हा प्रकार तिला शरमून टाकायचा. पण शब्द शोधण्यासाठी ती आता काहीही करायला तयार होती. पाच वर्षांपूर्वी प्रसिद्ध झालेला आपला कवितासंग्रह घेऊन ती डेरेदाखल झाली. अनेक कवयित्री गावोगावहून तिथे आलेल्या होत्या. काही जोडीनं, काही गटानं. काही तत्काल कविता करणाऱ्या होत्या. शब्दांना धरबंदच नव्हता. ओसंडून वाहणाऱ्या शब्दलालसेनं सगळ्या चिंब भिजत होत्या. ही लालसा म्हणजे ट्रॅजिक फ्लॉ. शब्दतृष्णा संपत नाही. मग शब्दच बेदरकारपणे अंगाखांद्यावर यशस्वी उद्योजक मुलाचं कौतुक करावं तसे मिरवले जातात. त्या शब्दांनी कायकाय साधलं याचा रिपोर्ट म्हणजे कविता होतात. तिनं आपला कवितासंग्रह खूप आत, आत दडवून ठेवला. भोवताली आता फक्त भरजरी साड्या, दागिने, शब्द, जेवणाचा सुगंध, कार्यकर्त्यांची लगबग, फोटो, परस्परपूरक कौतुकांचा वर्षाव, स्मृतिचिन्हं जडशीळ...

तिला कोणीतरी काहीतरी विचारत होतं. तिनं हरवलेल्या डोळ्यांनी त्याच्याकडे बघितलं. तो हसला. फाटक्या अंगाचा. खाकी पँट आणि फिका निळा शर्ट घातलेला. पायात रबरी स्लीपर्स. खांद्यावर झोळीसारखी पिशवी. तंबाखू खात

असावा. वास येत होता. डोळे चमकदार. हसणं पारदर्शक. ती सावरून बसली.

''मी ओळखते तुम्हाला?''

''नाही.'' तो हसून म्हणाला.

''तुम्ही कोण?''

''आनंद सकपाळ. मी कमल देसाईंचा चाहता. तुम्ही त्यांच्यावर लिहिलेला लेख वाचला होता मी. साहित्य संमेलनांना येत असतो मी. कालही आलो होतो. तेव्हा तुम्ही दिसलात. कमल देसाईंनी फार ऊर्जा दिली मला. आम्हाला सगळ्यांनाच खरं तर.''

''तुम्हाला सगळ्यांना म्हणजे?''

''मी इथल्या जवळच्या गावात शिक्षक आहे मराठीचा. तुम्ही त्यांच्यावर फार छान लिहिलं आहे. एकदम कळलं पहा आपल्याला कमल देसाई का आवडतात ते.'' तो खळखळून हसला. गौरीही नकळत हसली. ''आमचं गाव साखर कारखान्याचं गाव. एकदम केदारनाथ बेंद्र्याचं म्हणानात.'' तो पुन्हा हसला. मग पिशवीतून डोकावणारी निळी, जांभळी, पांढरी, गुलाबी, नाजूक फुललेली कमळं त्यानं अलगद बाहेर काढली. गौरीच्या हातात देत म्हणाला, ''ही तुम्हाला कमल देसाईंसाठी.'' गौरी संकोचली. कमळं हातात घेतली. त्यानं हात जोडून प्रसन्न हसत नमस्कार केला. तो गेला. गौरी अंतर्बाह्य उभी राहिली. शेजारच्या उघड्या दारातून गरम वाऱ्याचा झोत आत आला.

या सकाळच्या उष्म्यात कोंदलेली वादळं<br>
वाऱ्याच्या सळसळीतून ऐकू येणारे युद्धबंदी ठराव आणि सहकार्याच्या नांद्या.<br>
मृत पानांनी भरून वाहणाऱ्या वाऱ्यात डोकी वर काढत तीरासारखी उडणारी पाखरं<br>
एखाद्याच झाडाच्या आत फांदीला चिपकून निपचित.<br>
स्वप्नांची वादळं गदागदा हलवतील तेव्हा<br>
त्या पाखरांना उराशी धरावं लागेल.<br>
त्यांच्या भेदरलेल्या टोचींनी रक्तबंबाळ झालेले शब्द<br>
मग जिवंत होतील.

ती ऐकत होती तिच्या आत चाललेल्या कविता. तिचं नाव अनेकदा पुकारलं गेलं. पण ती उठली नाही. ती संमेलन विसरली होती. तिचे शब्द परतून आले होते.

# परफेक्ट इलाज

"अगं परफेक्टकडे गेले होते, कुडता टाकला शिवायला. काही फरक नाही गं त्याच्या दुकानात, त्याच्या भोवतीच्या परिसरात. तेच त्याचं बेअर मिनिमम गोष्टींनी भरलेलं दुकान, त्याचा तो चिंगळा असिस्टंटही अजून तसाच मशिनवर बसलेला; फक्त डोकं पांढरं झालंय आता. मागे दरवाजाच्या वर तोच त्याचा येशू ख्रिस्त, बाहेर तोच पिंपळ, तेच मारुतीचं देऊळ. तशाच रुईच्या माळा गळ्यात घालून आणि तेल पिऊन कवडीच्या डोळ्यांनी रागावून उभा तिकडे तो मारुती आणि इकडे आपला चष्मेवाला परफेक्ट! आणि कॅन यू इमॅजिन? कॉलेजमध्ये जाणाऱ्या तरुण मुली तेलाच्या बाटल्या घेऊन मारुतीवर तेल घालताना दिसल्या. मला पूर्वीच्या नऊवारी पातळातल्या बाया आठवत होत्या तिथे तेल घालायला येणाऱ्या. शनिवारी. आणि आपला परफेक्टही अजून उभाच. गळ्यात टेप आणि हातात कात्री घेऊन मापं काढत." नीरा पिशवी फेकून खुर्चीत बसत वैशालीला म्हणाली.

"अरे देवा! त्या परफेक्टकडे कशाला टाकलास ड्रेस शिवायला?" वैशूनं कपाळाला हात लावत विचारलं.

"का? काय झालं? माझे ड्रेस एकेकाळी परफेक्टखेरीज कोणाकडे टाकत नव्हते मी शिवायला. विसरलीस का?" नीरा म्हणाली.

“होऽऽ पण तुमचंच वाजलं होतं ना?”

“ते प्रेमातलं गं. परफू आपलाच ना शिंपू शेवटी?” म्हणत नीरा हसली.

“तुमचं प्रेमही आता तुम्हाला तारू शकणार नाही इतका सटकलाय तो गेल्या पाच-सहा वर्षांत.” वैशूनं सांगितलं. नीराच्या वाक्यातल्या संदर्भाकडे दुर्लक्ष करत.

“म्हणजे?”

“म्हणजे आपण काहीही फॅशन सांगा. तो मात्र त्याला हवं तसंच शिवतो.”

“ते तर तो तेव्हाही करायचाच. म्हणजे त्याचा जो एस्थेटिक सेन्स आहे तोच अंतिम. ‘बेबी, हे असं शिवनारे.’ असं सांगून कापड गुंडाळून शेल्फवर टाकायचा. मग मी ते खाली घ्यायला लावून माझी फॅशन कशी शक्य आहे हे त्याला सांगायची. मग आमच्या हीटेड डिस्कशननंतर काहीतरी नवीनच फॅशन ठरायची. अशी आमची परफेक्ट संवादी रिलेशनशिप.” नीरा चिवड्याचा बकाणा तोंडात घालत म्हणाली.

“तुझं ऐकायचा तरी तो. मला काही कळत नाही हा त्याचा पवित्रा कायम. माझं इतकं भांडण झालं त्याच्याशी दोन वर्षांपूर्वी की बस. तुला सांगितलं होतं की इतकं महागाचं कापड दिलं होतं गं त्याच्या ताब्यात मी. आणि त्यानं इतका टाईट शिवला ड्रेस, काय विचारू नकोस.”

“माहितीय मला. एकदम कमनीय दिसली होतीस तू त्यात. तो हिरवाच म्हणतेस ना तू? मस्त शिवला होता की! मला आवडला होता तो. मी लांब राहायला गेल्यानंतर परफेक्ट सुटला तो सुटलाच. नॉट डन यार. आपला मित्र म्हणताना.” नीरा म्हणाली.

“हो, तुला कमनीय दिसायला आवडतंच, तेव्हा जा तू त्याच्याकडे.”

“काय हरकत आहे? प्राथमिक शाळेतल्या ताईच कशाला दिसायला हवं? सारखं बोधामृत पाजायला? की एकदम सद्‌गुणी बायको दिसायला?” नीरानं आता चकलीचा तुकडा तोडला.

वैशूनं तिच्यासमोरचा चकलीचा डबा उचलला. “बास. कोलेस्टोरल वाढलंय ना? तळलेली चकली बास.” तिनं नीराला बजावलं.

“बघ! काय म्हटलं मी? खाऊ दे गं. काय माहीत कधी कमनीय होईन परत. दमले मी आता आकार सांभाळून. शिवाय मेनॅपॉज आहे चालू म्हणताना खालून मागून सुटणारच.”

“असंच काही नाही आणि तू दमशील? कसं शक्य आहे नीरा?”

“नाही काय? आत्या नव्हत्या सुटल्या आपल्या दोघी? अनुवांशिकता असतेच ना? काय इलाज?”

‘‘होय पण लताआत्यानं नंतर केलं ना कंट्रोल? तू आतापासून काळजी घे. तुला झालंय काय? अशी अनुवांशिकता वगैरे बोलायला लागलीस ते?’’

‘‘वय झालंय. दमलेय. रागावलेय. परलोकाची ओढ लागलीय. ठीक? ते राहू दे. परफेक्टविषयी सांग.’’

‘‘त्याच्याविषयी काय? भरपूर दारू पितो. तर्र असतो. तुला कळलं नाही?’’

‘‘ओ! प्रेम करायचं काम येशूला देऊन हा नुसतेच कपडे शिवणार असेल बायकांचे तर काहीतरी आधाराला लागणार ना वैशू? आता तू म्हणाल्यावर लक्षात येतंय.’’ नीरा हसत म्हणाली. तिच्या डोळ्यासमोर तो ठेंगणा-ठुसका, काळा, आता पूर्ण टक्कल पडलेला, गळ्यात टेप टाकून हातात कात्री घेऊन पांढऱ्या पायजमा-शर्टात टेबलाशी हुप्प उभा असलेला परफेक्ट आला. ‘‘त्याच्या नव्या नव्या कल्पनांना खतपाणी घालायला कोणी मिळत नसणार. मी गेले ना? तेव्हा मला बघितलं आणि टेबलावरचा कपडा बेतत राहिला.’’ तिनं परफेक्टची पोझ घेतली. ‘‘अजिबात गर्दी नाही, गडबड नाही. कापलेला कपडा नीट गुंडाळून त्याच्या शेल्फवर ठेवल्यावर मग माझ्याकडे वळला. मला वाटलं एवढ्या वर्षांनी येतेय म्हटल्यावर हसेल, विचारेल कुठं होती म्हणे इतकी सालं? असं कायतरी. अर्थात परफेक्टकडून या असल्या तडजोडी मी अपेक्षित नकोच करायला. पण मलाच आपलं भरून आलं त्याच्याकडे इतक्या वर्षांनी गेल्यावर. हल्ली रेडिमेडचा जमाना असला तरी शिंपी असतोच ना? अदृश्य का होईना! हा साक्षात दृश्य शिंपी. मीच कापड ठेवलं त्याच्या बेतायच्या टेबलावर. त्याला काही म्हणणार तर तो वसकन म्हणाला, ‘दिवाळीसाठी मिळनार नाहीत, आधीच सांगतोय, नंतर झिगझिग नाय चालणार, साला डोकं पिकवता तुम्ही बाया लय.’ मी म्हटलं, अरे नकोय दिवाळीसाठी मला. तुला जमतील तेव्हा दे. त्याला आमचं पूर्वीचं प्रेम आठवलं असणार. तो त्याच्या हुप्प चेहऱ्यातही किंचित हसला. टेलरकडे येणाऱ्या बायका खास ताणलेल्या असतात. त्यांचं सगळं आयुष्य त्याच्या शिलाईवरच अवलंबून असल्यासारखं; म्हणताना माझ्यासारखं समजूतदार गिऱ्हाईक त्याला रिलीफच वाटणार.’’

‘‘तू आणि समजूतदार! कायतरीच! पण तुझ्यावर त्याचं खर्रऽऽ प्रेम होतं नीरा! तू म्हणशील तेव्हा द्यायचा कपडे तुला. तू उगीच सोडलंस त्याला.’’ वैशाली हसत म्हणाली.

‘‘कायतरी काय! मी कधी सोडलं त्याला? आम्ही दोघांनी पुण्यातल्या मुलींना परंपरेतून तेव्हाच बाहेर काढलं असतं. असलं प्रेम किती क्वचित मिळतं माहिती नाही

काय मला; पण तेव्हा नोकरीतली कटकट टाळायची तर साडी नेसायचे फतवे मानायला लागले होते म्हणताना ड्रेस लागले नाहीत इतकंच. आणि हा गधडा साडीवरची पोलकी इतकी दिव्य शिवायचा. तुला आठवतंय ना गं, लग्नातलं माझं ते सिल्कचं ब्लाऊज कसलं बिघडवलं होतं त्यानं ते? आई कसली रागावली होती. लग्नाआधीची तुझी थेरं चालवून घेतली; पण आता सासरी आमची लाज घालवू नकोस म्हणाली होती. मग तिनं सौभाग्य टेलरकडे मी परत एकदा माझी पोलकी शिवून घ्यावीत, असं सांगितलं होतं. तुला आठवतंय ना ते सगळं?'' नीरा हसत होती.

''न आठवायला काय झालं!'' वैशूला नीरानं लढवलेला किल्ला आठवला. परफेक्टला बोलायचं कारण नाही. मीच सांगितलीय त्याला फॅशन असं म्हणत. नीराची एनर्जी असले वाद घालण्यात बरीच जायची.

''आमच्या कॉलेजमध्ये प्राध्यापिकांनी साड्या नेसून येणं कंपल्सरी केल्यावर ते ब्लाऊज घालून जायला हवं होतं मी. म्हणजे मग पँट, शर्ट, टाय कंपलसरी केला असता बायकांसाठी!'' नीरानं उठून डबे शोधायला सुरुवात केली. नीराला नाटक करायला फार आवडतंच. ते वैशू एन्जॉय करते आणि पंक्चरही.

''मग जायचं होतंस कॉलेजमध्ये ते ब्लाऊज घालून. आणि परफेक्टनं बिघडवलं वगैरे मला सांगू नकोस हां. तुझ्या लग्नाची ब्लाऊजेस टाकायला तू मला घेऊन गेली होतीस. तूच सांगितलं होतंस त्याला डीप यू गळा शिवा म्हणून. आठवतंय मला. त्यानं तुला तेव्हा म्हटलेलं इतका डीप शिवू नका म्हणून. तूच हट्ट केलास तुझ्या लग्नाचे कपडे तुझ्या मनासारखे झाले पाहिजेत म्हणून. मला थापा मारू नकोस काय! तुमचं चांगलं सूत होतं. ती साडी तुमच्या हनीमूनच्या फोटोत झळकली होती की किती वेळा. परफेक्टनं ते आधीच ओळखलं होतं, हनीमूनचं ब्लाऊज. म्हणून तुझं ऐकलं होतं.'' वैशाली हसत म्हणाली. नीराला भडंगाचा डबा मिळाला. ती तो घेऊन परत एकदा खुर्चीत बसली.

नीराचं खाणं असं विस्कळीत का झालंय? वैशाली तिच्याकडे बघत होती. वय जाणवायला लागलंय नीराच्या चेहऱ्यावर. कांतीची रया गेलीय. गेल्या वर्षापर्यंत नव्हतं जाणवत. या वर्षी फारच त्रास काढतेय बिचारी. सारखा रक्तस्राव, मेनॅपॉजचा. त्यातूनही ती वरती उसळायची. परफेक्टचे कपडे हा तिचा एक इलाज.

''तुझ्या सगळ्या काकूबाई मैत्रिणींत तुझ्या भन्नाट ड्रेसेसच्या चर्चा चालायच्या नाही तेव्हा? मी जातीनं ऐकल्यात.''

नीराचं आणि तिचं एक सीक्रेट आयुष्य होतं. आई, बाबांच्या अपरोक्षचं.

नीराचं खळखळून हसणं आणि बिनधास्त वावरणं हा हेव्याचा विषय होता तिच्याही. शरीर मिरवायला तिच्याकडून शिकावं. लग्नानंतर आणि प्राध्यापकीत शिरल्यानंतर तिचं एकदमच बदललं होतं सगळं. पण बाळंतपण, पोर वाढवणं यात तिनं तेही झेललं होतं. तिला पाळीचा त्रास सुरू झाला ते तिच्या झालेल्या ॲबॉर्शननंतर. बायकांच्या मागचा हा ससेमिरा सोडला, तर बाकी बाई असणं खरंच ठीक होतं. नीरानं बाईपण मिरवलं होतं नेहमीच. अगदी आईशी पंगा घेत. आत्ता शेफाली अमेरिकेत गेल्यानंतर तिनं तिथल्या कित्येक फॅशन्सची स्केचेस पाठवली होती, ती नीरानं वीस वर्षं आधीच निर्माण केली होती. आठ-नऊ महिन्यांची गर्भारशी बाई पोटावर हे एवढे फाकणारे परकर का नेसेल साडीसाठी? एवढं मोठं जड पोट सांभाळत चालायचं तर पायात येणारी साडी कशासाठी? पँट्स घालाव्यात. नाहीतर गुडघ्यापर्यंत गाऊन्स घालावेत वाढणाऱ्या स्तनांना आधार देणारी पॅड्स असणारे. खरंतर सैलसर नाडीच्या, मऊसूत कापडाच्या पॅट्स आणि पोटावरून खाली येणारं लांब ब्लाऊज घालावं. पुढच्या बटणांचं. तेही बाथरूमला बसताना वर करून बसावं लागणार नाही अशा नेमक्या लांबीचं. शिवाय अंगावर पिणाऱ्या पोरासाठी डबल फ्लॅपचे शर्ट्स, ब्लाऊजेस असं काहीतरी, असं नीराचं म्हणणं होतं तेव्हा.

"तू तुझी प्रेग्नन्सी आणि बाळंतपण स्पेशलची डिझाईन्स दाखवली होतीस ना गं परफेक्टला?" वैशालीनं विचारलं.

"हो. तो माझा फेअरी गॉडफादर होता वैशू. माझ्या सर्व हालअपेष्टांनंतर मला माझंच मस्त दिसणं बक्षीस देणारा." नीरा हसत म्हणाली.

"मग?"

"मग काय? त्याला भारतीय कपड्यांमधले फेरफार मान्य होते. वेस्टर्न डिझाईन्स जमणार नाहीत असं त्यानं ठरवलं होतं तेव्हा. मी म्हटलं, बायकांच्या या अवस्थेत सोय बघणारं डिझाईन वेस्टर्न-इंडियन असं काही नसतं; पण ते त्याला पटलं नाही. आयुष्यभर पांढरा पायजमा आणि कॉलरचा पांढरा शर्ट घालणारा भोट तो. माझ्या तरुणपणी पँट्सची फॅशन नुकती आली होती बायकांसाठी पुण्यात. माझ्या लग्नापर्यंत रुळल्या होत्या पँट्स खरं तर. तुला शिवल्या होत्या की आपण दोन-तीन. आठवत नाही? माझ्या वेळेस इतक्या कॉमन नव्हत्या. शिवाय मी परफेक्टशी एकनिष्ठ. नव्या नव्या आलेल्या ना पँट्स, तेव्हा मी फारच आग्रह करत होते त्याला शीव पँट म्हणून. तर माझी पँट जेन्ट्स टेलरकडून शिवून घे असं तो शहाणा म्हणाला होता तेव्हा तिरसटून. मग माझ्या प्रेग्नन्सीत माझी डिझाईन्स घेऊन गेले होते तेव्हाही त्याचं तेच. म्हटलं जेन्ट्स टेलर्सना प्रेग्नंट बायांचा अनुभव कसा असेल परफेक्ट? तुला इतके

प्रयोग करू देते आहे तर कर ना!''

''ए, खरं तो ख्रिश्चन होता ना? मग बायकांच्या पँट्स शिवण्याचं आणि त्याचं का वाकडं होतं?''

''त्याचा काय संबंध बयो? आपले जरा स्टिरिओटाईप्सच असतात हां वैशू. मी इंग्रजी स्पेशल घेऊन एम.ए. झाले म्हणून मला पँट्स आवडतात म्हणशील का? त्याच लॉजिकनं मराठी स्पेशल घेणाऱ्या मुलींनी साड्या नेसून, सपर्ण पुष्प लांब वेणीत तिरकं लावून जगायला लागेल. परफेक्ट ख्रिस्ती असण्याचा आणि बायकांच्या पँट्सचा काय संबंध नाही. त्याच्या काळातले कपडे शिवायचा तो. फक्त त्याला माझ्या डिझाईन्समध्येपण रस होता, हे त्याचं वेगळं क्वालिफिकेशन. त्याच्याबद्दल मला सदाशिव पेठेतला ख्रिस्ती म्हणून खूप उत्सुकता आहे. मला जरा कोडंच आहे हा परफेक्ट म्हणजे. भर सदाशिव पेठेत त्याचं दुकान. तुला आठवतं का गं? नसेल. मीच तेव्हा पाचवीत होते. म्हणजे तू जन्माला यायची होतीस. त्याच्या बेतायच्या टेबलामागे क्रूसावरचा येशू होता. त्याच्या मूर्तीखाली उदबत्त्या असायच्या. दारावरच्या चौकटीत खोचलेल्या. तो लिपस्टिक वगैरे लावलेला इंडियनाईज्ड येशू नव्हता. अस्सल, संगमरवरी, करुणामय, क्रूसावर ठोकला गेलेला, एकवस्त्रातला वगैरे. माय फर्स्ट लव्ह. मला ती मूर्ती पळवून आणायची होती तेव्हा. त्या पाराखालच्या तेल्या मारुतीपेक्षा हा एकदम क्लीन येशू बरा वाटायचा. माझा पहिला ट्विंकल नायलॉनचा झालरी-झालरींचा फ्रॉक त्यानं शिवला होता, असं आई सांगायची. पण तरी त्यानं पँट शिवायला, प्रेग्नन्सी आणि बाळंतपण फ्रेंडली कपडे शिवायला का नकार दिला? पुरुषपण आड येतं. बाई त्याच्या कल्पनेतलीच दिसायला हवी असं. अडेलतट्टू नुसता.'' म्हणत नीरा परत एकदा हसली.

''मला घेऊन तू जायचीस परफेक्टकडे तेव्हा तो तुझ्या सगळ्या फॅशन्स ऐकून घ्यायचा. आठवतंय मला. फक्त तो येशू नव्हता लक्षात आला माझ्या.''

''गोड आहे गं तो. त्याच्या एस्थेटिक सेन्सवर त्याचा फारच विश्वास आहे. पण एक गोष्ट बरी म्हणजे कधीकधी त्याची माझी डिझाईन्स जुळली तर ऐकतो. तशी बरीच जुळली होती म्हणा. म्हणजे बदलाला वाव होता त्याच्याकडे. ए आपण तुझा पहिला फ्रॉक शिवला होता तो आठवतोय का गं तुला? वायलचा, आकाशी रंगावर लालचुटूक गुलाब गुलाब होते बघ. खांद्यावर नाड्या बांधून फूल करायचा होता. बटणं तुटायला नकोत आणि हूक्स लावायला नकोत म्हणून माझी तेव्हाची आयडिया होती ती. परफेक्टही खूश झाला होता त्यावर. आता तुम्ही त्याला स्पॅघेटी

स्ट्रिप्स म्हणता. मी नाडीची फुलं बांधायची. बाबा रागावले होते, दहाव्या वर्षी तुझे खांदे असे उघडे टाकणारी फॅशन का केली म्हणून. मी म्हटलं धुण्यात तुटली बटणं तर ते लावतील का? तेव्हा गप्प बसले होते. आठवतो का गं तुला तो फ्रॉक तुझा?''

न आठवायला काय झालं. तिचा आवडता फ्रॉक होता तो. नाडीचं छान फूल बांधलं की खांद्यावर फुलपाखरू बसल्यासारखं वाटायचं वैशालीला.

वैशालीचा जन्म चुकूनच झालेला. नीरा चांगली मोठी असताना. मग काय काय झालं असावं घरात असं घरातल्या बोलण्यात येणाऱ्या संदर्भांवरून वाटायचं. वैशाली कल्पना करू शकायची. नीरा फारशी बोलायची नाही त्याविषयी. फक्त वेळोवेळी आई-बाबांना नीराचा धाक असायचा. वैशालीचे कपडे शिवताना, वैशालीला ट्रेकिंगला पाठवायचा निर्णय घेताना. वैशालीची शिक्षणाची साईड ठरवताना, वैशालीनं नोकरीचा निर्णय घेताना, नीरा पाठीशी होती तिच्या खंबीरपणे. 'पडू देत काळी. ट्रेकिंगनं इतर आरोग्य उत्तम होतं. लग्न हेच एकमेव इप्सित नाही.' 'नसेल जायचं कॉमर्सला तर काही जाऊ नको. आवडीच्या शाखेत शिकून उत्तम करीअर करता येते ठरवल तर.' 'नोकरी पक्की कर, मग लग्न कर.' असं काय काय. वैशालीचं अवेळी लग्न होता होता वाचलं होतं, नीरामुळे.

''तुला आता सांगते वैशू, ते ब्लाऊज मी रेखाच्या एका सिनेमात पाहिलेलं. मला तसंच हवं होतं शिवून. परफेक्टनं दिलं माझ्या हट्टाखातर; पण आईनं ते बघितल्याबरोबरच असला सूर लावला ना की मी आता लढवायचंच असं ठरवलं होतं. ते जाऊदे, सांग ना परफेक्ट सटकलाय म्हणजे काय?'' नीराच्या डोळ्यासमोर ती नंतरच्या सिनेमांतली कॉन्फिडन्ट रेखा आली.

''अगं एकतर तो दारू पितो सॉलिड. कापडं हरवतो. कपडे बिघडवतो. हे सगळं करून शिवाय आपल्याशीच भांडतो. तुम्हाला अजिबात बोलू देत नाही. त्याची अरेरावी तो कपडे चांगले शिवायचा तेव्हा चालवून घ्यायच्या बायका; आता तेही नाही. धंदा बसत चाललाय त्याचा त्यामुळं.

नीरा हसली. ''परफेक्ट आपला मित्र आहे. एकेकाळी जमाना बदलण्याचे प्लॅन्स बेतले होते मी त्याच्या जीवावर! आता त्याचा धंदा बसत चालला असेल तर लक्ष घालायला हवं. नक्कीच.''

''काय सांगतेस! झकास भांडणं होतील तुमची. वो पहलेवाला प्यार नहीं रहा म्हणशील तूच.'' वैशाली चहा टाकायला उठत म्हणाली. प्रमोद यायची वेळ झाली होती. तेव्हा स्वयंपाकाची तयारीही करायला लागणार म्हणताना उठायलाच हवं. ''नीरा जेवूनच जा आता,'' असं म्हणत तिनं गॅस पेटवला.

“त्याच्याशी एकदाच भांडले होते मी वैशू खरीखरी. ‘पोट सुटलंय तुझं. ही फॅशन शोभनार नाय. उगाच कपडा वाया घालवू नकोस.’ असं बाळंतपणातून उठलेल्या बाईला हा सांगणार असेल, तर भांडायला नको त्याच्याशी? पुरुषांची व्हायला हवीत बाळंतपणं, तशीही पोटं सुटतातच त्यांची. पण परफेक्ट त्यावेळेस जोरात होता. मी घरी-दारी गांजलेली. कुट्ठे म्हणून सिंपथीज नव्हत्या. तान्हं पोर रात्रभर लुचायचं, मुतायचं, केकाटायचं; नवरा फक्त अंथरुणातच प्रेमळ. बाळंतपणाची बिनपगारी रजा, घरात सहा माणसांचा स्वयंपाक. मग चार महिन्याचं पोर सोडून नोकरीवर जॉईन. तिथे तो प्राचार्य नामक इसम, सासूला पॅरॅलिसिस. आता या सगळ्यात परफेक्ट मला सांगतोय, पोट सुटलंय म्हणून. माझ्या नवऱ्यासारखा. तर मग काय करायचं? गिरीशला एकदा वैतागून म्हटलं होतं मी तुझ्याचमुळे सुटलं ना पोट? शिवाय म्हटलंही होतं तेव्हा मी वैतागून, की सोडून देते त्याला आणि जाते दुसरीकडे राहायला. त्याचं पोर तो सांभाळणार की मी सांभाळायचं हे त्यानं सांगावं. परफेक्टच्या टेबलावरून कापड उचलून आणलं, तसं पोर उचलून बाहेर पडले असते मी तेव्हा. मग शेफालीनं लावलं वळण त्याला नंतर.”

“कधी येतेय शेफाली?” वैशालीनं चहाचा कप नीरासमोर ठेवत विचारलं.

“ती येईल डिसेंबरमध्ये.”

शेफालीची मेल तशी वैशालीलाही आली होती. रमली होती अमेरिकेत. इतकं मोकळेपण म्हणताना. एम. एस. फॅब्रिक डिझाईनिंगमध्ये करत होती. झालं की येईन परत डिसेंबरला गाशा गुंडाळून, असं तिनं स्काईपवर सांगितलं होतं. पण दोन महिन्यांपूर्वीचा निश्चितपणा काहीसा डळमळीत वाटला होता आता तिला. नीरा ती जातानाच म्हणाली होती की ही काय परत येत नाही तिथून म्हणून. पण शेफालीनं स्वतः जग बघावं असंही तिला वाटत होतंच. वैशूला इतकं वाढवलं तरी तिचं लग्न झाल्यावर वैशूची परत एकदा सुगृहिणी, सुमाता, सुपत्नी वगैरे झालंच. परफेक्टच्या मदतीनं किती वेगळे वेगळे ड्रेसेस घातले होते खरंतर तिला आपण... शेफाली साता समुद्रापलीकडे गेली ते बरंच झालं. कितीही फेअरी गॉडफादर्स असले तरी राजकुमार सिन्ड्रेलांच्या गृहलक्ष्म्या बनवतातच इथं.

चहा पितापिता गवार मोडत तिनं नीराला म्हटलं, “गिरीशचं कसं चाललंय?”

“ठीक. त्याला कधीच प्रॉब्लेम नसतो.”

“तो नाही का म्हणत तुला त्याच्याबरोबर व्यायाम कर म्हणून? तो किती नियमित व्यायाम करतो ना? मी प्रमोदलाही नेहमी म्हणते, गिरीशकडून त्यानं शिकावं ते म्हणून.”

''त्यानंच का? तू का नाही?'' नीरानं चहा पितापिता हलकेच विचारलं.

वैशालीचा शांत चेहरा क्षणभर क्षुब्ध झाला. ती काही बोलली नाही. नीरानं चहाचा कप खाली ठेवला. म्हणाली, ''तू जिमला जातेस ना?''

''जायची.''

''काय झालं?'' नीरा सोडणार नाही हे वैशालीला माहीत होतं.

''नाही जमत. स्वयंपाक, डबे, त्याचे, आपले, घरातली येणीजाणी, कामं. व्यायाम करायचा म्हटलं की सगळी कामं एक तासानं पुढे जातात. मग झोपणंही. पोरांची वाढती वयं... ''

नीरा हसली. म्हणाली, ''निदान तू तरी मुलं मोठी झालीत आता, हाताशी आलीत असं म्हण गं राणी. काय शिकवलं होतं मी तुला? मुलगा-मुलगी असा भेद कामांच्या बाबतीत नाही. मुलगे असले तरी त्यांची मदत व्हायलाच हवी की त्यांना खायला लागतं म्हटल्यावर. देवेंद्रच्या बाबतीत आईनं माझं म्हणणं ऐकलं असतं, तर त्याची बायकोशी कमी भांडणं झाली असती.''

''खरंय. पण त्यांचाही ताण किती वाढलाय. क्लासेस, खेळ, अभ्यास, छंद. या सगळ्याला पुरून ते कुठली कामं करायला?''

''तुझे छंद, व्यायाम, नोकरी वगैरेचं काय?''

''आपलं काय गं आता!''

''चाळीशीची बाई तू सत्तरीच्या बाईसारखी काय बोलतेस?''

वैशालीनं गवार उचलली. प्रमोदला तिच्या हातच्याच गरम पोळ्या लागतात म्हणून वैतागायचो आपण; पण पोरांच्याही चवी तितक्याच आग्रही. निनादला गवार आवडत नाही म्हणताना दोन बटाटे लावावेत कुकरला. रस्सा करता येईल आज आमटीच्या ऐवजी. पण मग प्रोटीन्सचं काय? रस्सा नको. बटाट्याची भाजी करावी. आणि आमटीत गवार टाकावी. या न्यूट्रिशनच्या ओझ्यानं एक गोष्ट सटकन करता येत नाही. आता बटाटे वाढले म्हणजे मोठ्या पॅनमध्ये लावायला लागतील. तिनं छोटा कुकर खाली ठेवून मोठ्ठं पॅन ओट्यावर ठेवलं. नीराला नुसतीच गवार आवडते खरंतर. पण जाऊदेत आता. नीरा आपलीच. काही म्हणायची नाही. परत कधीतरी. दोघीच असू जेवायला तेव्हा. तिनं बटाटे धुतले.

नीराही उठली. म्हणाली, ''निघते.''

वैशालीच्या एकदम लक्षात आलं की ती थांबणार नाही आता म्हणून. तिच्या अलीकडच्या बाण्यानुसार स्वतःपुढे वैशालीनं घरकामाची कारणं पुढे केली, की ती थांबायची नाही. माझं जेवण आणि नको पडायला तुझ्यावर असं म्हटल्यासारखं.

पण आपल्या दमणुकीत आपल्या ते लक्षात राहत नाही याचं तिला वाईटही वाटलं. नीराच्या भांडणात तथ्य असतं खरंतर; पण आपणच म्हणतो कुठे कुठे भांडत बसायचं म्हणून. थोडं सोडून देऊ म्हणता म्हणता सगळंच सोडून द्यायची वेळ येते मग. असो. म्हणत तिनं नि:श्वास टाकला. उद्याचे डबे आताच शोधून ठेवायला हवेत. बाईंना किती सांगितलं तरी त्या डबे वेगळे काढत नाहीत भांडी मांडताना. बाईंवर निघतोय आपला वैताग हे लक्षात येऊन ती थबकली. निनाद आणि निषाद विचारणार आज वेगळं काय केलंय म्हणून. रोज काय करायचं वेगळं? एवढ्या सगळ्या धावपळीत. कुठे कुठे बोलायचं. वैशाली नीराकडे बघून खिन्नशी हसली. आपणही जरा वेगळे पवित्रे घ्यायची वेळ आलीय खरंतर. फ्रीज उघडून क्षणभर उभी राहिली. पण त्यातून काय काढायला आपण फ्रीज उघडला होता ते विसरलीच.

नीरानं तिच्या डोक्यावर टप्पल मारली. म्हणाली, ''अगं एका मीटिंगला जायचं आहे. तिथून मग विराजबरोबर जाईन जेवायला बाहेरच. तो असणारे मीटिंगला. गिरीश आज दिल्लीत आहे. शेफाली यायचं म्हणते आहे डिसेंबरमध्ये. अर्थात तुमचं बोलणं झालंच असेल म्हणा. मावशी जास्त जवळची. बरंय, माझी जबाबदारी कमी. एक गोष्ट करते, तुझ्यासाठी एक झकास सॅलड करून जाते. नवीन मायोनीज आणलंय सोबत; शिवाय रोस्टेड बदाम. काढ काकडी, गाजर, ढोबळी मिरची, पालापाचोळा जो काय असेल तो बाहेर. हे न्यूट्रिशन भर आधी तुझ्या सगळ्या पुरुषांच्या पोटात मग पोळ्या कमी लागतील.''

वैशालीनं बेल वाजवली. पाच मिनिटं झाली तरी दार उघडलं नाही. तिनं वैतागून मग मोबाईलवर फोन केला. तरी उचलला नाही. तिला काळजी वाटणार एवढ्यात नीरानं दार उघडलं. ती अगदी वेगळी दिसत होती. कारण नवीन कुर्ता असावा. तिच्या आकाराला आकर्षक उठाव देणारा. उंच मानेभोवती बोटनेक. सैलसर वाहत्या, मनगटाशी मोठ्या होत जाणाऱ्या बाह्या. वरती खांद्याशी नेमक्या बसणाऱ्या. त्यामुळे विनाकारण गबाळं, ढगळ फिटिंग नव्हतं. छातीसरशी बसत असला तरी खाली हलके हलके ढिला होत जाणारा चुण्यांनी विखरणारा घेर. जांभळा, गुलबक्षी आणि ऑफव्हाईट रंग एकमेकात गुंतलेला कुर्ता. गुडघ्यापर्यंत. खाली काहीच नव्हतं.

''अगं दार उघडायला अशीच आलीस?'' वैशाली चटकन आत आली आणि दार बंद करून घेतलं.

''तूच ठणाणा वाजवत होतीस की आणि आता माझ्यावरच?'' नीरा हसून

आत गेली. मग ऑफव्हाईट चुडीदार घालून बाहेर आली तेव्हा वैशालीला अगदीच राहवलं नाही.

''परफेक्टनं शिवला हा?''

''हो.'' नीरा विजयी मुद्रेनं म्हणाली.

''कसं काय?''

''म्हणजे? कसा काय इतका छान शिवला, असं ना?''

''हो ना! परफेक्टचा हात इतका कपडा सैल सोडू शकतो?''

''अरे, त्या दिवशी काय काय झालं ते सगळं नाहीच सांगितलं मी तुला. म्हटलं आधी कुडता कसा शिवतोय ते बघू मग सांगू.''

''म्हणजे?''

''अगं त्या दिवशी मी ड्रेस शिवायला टाकायला गेले होते ना? त्याच्याशी जरा गप्पा मारत होते तेव्हा पोलीस स्टेशनवरून फोन आला. तो परफेक्टच्या दिल्लीच्या क्लायंटनं त्याच्याबद्दल तक्रार केल्यामुळं आला होता. मी म्हटलं, हा पार दिल्लीपर्यंत पोहोचला. मग बसले होते ते ऐकत. फोन झाल्यावर मला म्हणाला, 'असली गिरायकं घेत नाही मी तेवढ्यासाठी. पैशाचा माज. भारी कापडं असतील त्यांची पन आपन म्हनालो होतो का आपल्याकडंच टाका कापडं शिवायला? त्यांच्यासमोर त्यांची मापं घेतलेली. त्यांनी सांगितलेल्या फॅशनी केलेल्या. आपण पूर्वी असलं कधी ऐकलेलं नव्हतं कोनाचं. पण आजकालची गिरायकं कच्ची. तू कदी म्हनालेलीस काय, तू नाय सांगितलं ते फॅशन म्हणून? आता ही गिरायकं सिनेमातल्या फॅशनी सांगतात आन घरचे काय म्हनाले की मागून तक्रार करतात. आपलं डोकं फिरलं. हाताला धरून बाहेर काडलं.' मी चाट. म्हटलं बायांना हाताला धरून बाहेर काढलंस तू? तर म्हणाला, 'बाया आन बापे यात काय फरक नाय. अंगावर दोगंबी धावून येऊ शकतात. मग आपल्याला चालत नाय. नीट बोला. पैसे देतात म्हनजे उपकार नाय करत. डोळे फुटलेत टीपा मारून. एंब्रॉयडरीची मशिनं आता आलीत. पूर्वी हाताची चाळण व्हायची. आता मॉलमधी जातात तवा घासाघीस करतात काय? ते मॉलवाले कुटनं आनतात कपडे शिवून? आमच्यासारक्यांकडूनच ना? मग नीट बोलायचं. बायांचा आवाज लय वाडला तसा हात धरून बाहेर काढल्या बायांना. आता नीट बोलत्या तर त्यांना हवे तसे करूनबी दिले असते कपडे, पन त्याबी येड्यागत बोलायला लागल्या म्हंताना.' परफेक्टला म्हटलं, लग्नाबिग्नाचे होते काय कपडे? तर हो म्हणाला. मग कसे चुकवले? 'चुकवले? बेबी मी चुकवतो का कपडे कधी? आपन मापाला एकदम परफेक्ट असतोय. आन

लग्नाची कापडं गिऱ्हाइकाच्या इच्छेनं शिवतो. एकच लग्न असतं काय? तू आलीस का नंतर तुज्या नवऱ्यानं असलं काय नाय म्हटलं घालायला असं सांगत? या येतात. अलीकडं फारच. त्या दोघी आलेल्या कपडे टाकायला. त्यांनी सांगितल्यासारके शिवले कपडे. तर म्हनाल्या मीच चुकवली मापं. मी कशी चुकवीन मापं? मग म्हनाल्या त्यांच्या बाप्यांना आवडले नाहीत ते कपडे. आता त्यांनी बाप्यांनाच आनायचं ना त्या वेळंस? म्हंजे काय झिगझिग नव्हती. मी चुकवलं म्हनायचं तर इथवर कशापाई यायचं? म्हनायचं आन घालायची त्यांना आवडली तशी कापडं. काय?' परफेक्टकडे स्ट्रॅटेजीपण आहे बघ.

"ग्रेटच आहे परफेक्ट. मग?" वैशालीनं विचारलं.

"कसं निस्तरलं माहीत नाही. आपण गिऱ्हाइकाचं ऐकतो असं तो सांगत असला तरी त्याला म्हटलं, परफेक्ट बाता मारू नकोस. तू तुझं डोकं चालवतोस. तर म्हणाला 'त्याचं काये बेबी, आपल्या डोक्यात एक आकार असतोय. त्यात फिट्ट बसवतोय आपन सगळ्या गिरायकांना. तो आकार आपल्यालाच कळतो, काय? हे ज्या गिरायकाला पटत नाय त्यानं येऊ नये आपल्याकडं.' "फारच इंटरेस्टिंग त्याची निष्ठा."

वैशाली म्हणाली, "परफेक्ट पारच वाया गेलाय."

"कुठं काय! हा कुडता बघ की. कसला गोड आहे तो माहितीय? आपले नवरे कसे वागतात आपल्याशी? त्यांच्या मनातला जो कुटुंबाचा आकार असतो त्यात ते आपल्याला बेतून बसवायला बघतातच की! आपण ऐकूच याची गॅरेंटी नाही ते सोड. म्हणून काय त्यांना सोडतो की काय? आपण आपला आकार त्यांच्या आकारावर ठेवत राहायचा. ते या पोरींना जमलं नसणार."

"काय म्हणालीस? परफेक्ट गोड? टू मच नीरा. गिरीशवर रागावतेस ते ठीक, पण इतकं?" वैशूनं कंबरेवर हात ठेवत विचारलं.

"अरे ऐक ना! हे असलं गिरीश म्हणाला असता का सांगच तू मला, अगदी तुझा प्रमोदही? चॅलेंज आहे आपला, नाही म्हणणार. परफेक्टला म्हटलं दोस्ता, तुझ्या मनातले आकार वगैरे ठीक; पण शरीरं वेगवेगळी असतात. शिवाय शरीर बदलतं त्याचं काय करतोस तू? ते आपल्या हातातही नसतं अनेकदा. आता बघ, बाळंतपणात बदलतो ना आकार आमच्या पोटांचा? माझ्या सुटलेल्या पोटावर नव्हतास का बोललास तेव्हा? बायको बघतोस ना तुझी?"

"हे असं तू परफेक्टशी बोललीस? मग काय म्हणाला तो? वैशू नीराच्या संवाद असोशीनं अवाक होत म्हणाली. एका वयस्कर, तिरसट शिंप्याचं शिक्षण

करण्याचीही संधी हिनं दवडू नये!''

''हे काहीच नाही. ऐक ना, त्याचा चिंगळा असिस्टंट कधी नाही ते हसला. किनऱ्या आवाजात म्हणाला, 'त्यांचं लग्न कुठं झालंय?' मग मी बसलेच तिथं. म्हणून तो जन्माला घालत राह्यला कपडे होय! बिना गर्भाशयाचे! इमॅक्युलेट कन्सेप्शन असंही. त्याच्या त्या येशूखाली त्यानं एक पट्टी चिकटवली होती. येशू प्रेम करतो. तसा हा परफेक्ट. पण प्रेम म्हणजे स्वतःला सगळं कळतं असं नाही हे त्याला पटेपर्यंत बोलायला लागलं. पटलं शेवटी. मग तो म्हणाला 'पन तू कपडे टाकायचं बंद केलं ना नंतर. सॉरी म्हटलं असतं तुला तवाबी. आत्ता म्हनतो घे.' अरे इतक्या सहज बोलला तो सांगते तुला. एकदम खूश आपण. हे असं कबूल करणं! खूश आपण. आजवर गिरीशची एकही चूक अशी नोंदवली गेलेली नाहीये. सो... हा तो कुडता.''

''ते इंग्रजीत सॉरी वगैरे असतं, म्हणून परफेक्ट म्हणाला असणार.'' वैशाली हसत म्हणाली.

''बाई त्याचं नाव अटकळ आहे. आपण त्याचं नाव माहिती करून घ्यायची तसदी तरी घेतली होती का इतकी वर्षं? आणि तो फक्त मराठीत बोलतो. ख्रिश्चन असला की इंग्रजीतच बोलतो असं नाही. फक्त तो सॉरी इंग्रजीत म्हणू शकतो.'' नीरा मस्त हसली.

''तुझ्या वेळेचा सदुपयोग चाललाय अगदी, अपॉलॉजीज जमा करते आहेस ते.'' वैशाली म्हणाली.

''एक अपॉलॉजी डिअर सिस्टर! तीही सदाशिव पेठेतली. पण फक्त एक. इन माय एंटायर लाईफटाईम. सर्वजण अपॉलॉजीज इतक्या सहजी देऊ करते तर जगात काही प्रॉब्लेम्स राहते का?''

दोघीही खळखळून हसल्या.

# इशरत

अंधार दाटत चाललेला. मी एका खांद्यावरची सॅक दोन्ही खांद्यांवर घेतली. कॅमेरा गळ्यातल्या बॅगमध्ये ठेवला. हॉटेल सर्जासमोर गाडी लावली होती. ती उचलून हिंजवडीकडे जायच्या रस्त्यावर किरणचं घर होतं तिकडे निघायचं. त्यानं आज जेवायला येच असं बजावलेलं. या गल्ल्या फारच चिंचोळ्या आणि आतातर वीज गेलेली म्हणताना अंधारत चाललेल्या. उंच राहत्या घरांच्या इमारतींमधून इनव्हर्टर्सनी जीवदान दिलेले दिवे उजेडाची आभा विखरत होते. पण ते तितकंच. एकूण अंधार कमी होणार नव्हता. नुसतेच वाहनांच्या दिव्यांचे झोत. पण ते आंधळे करणारे. आता मोटारसायकल मी कशी चालवणार होते? अॅन्टी ग्लेअर गॉगल्स आणायला हवेत या अशा नोकऱ्या करायच्या तर. या अंधाऱ्या गल्लीच्या टोकाला दोन खोल्यांत झोकात राहणारा तो लेखक. काळ्याभोर रुख्यासुख्या कांतीचा, घनदाट काळ्या-पांढऱ्या केसांचा आणि क्वचितच बोलणारा. त्याचं पेन हेच त्याचं एक्स्प्रेशन. या काळातही. वीजच नसते तर कॉम्प्युटर कशाला वापरायचा? असं एवढंच तो म्हणालेला. तेही वस्तुस्थिती सांगितल्यासारखं. तक्रार नाही. त्याचं आत्मचरित्र यायला हवं. किमान चरित्र तरी असं प्रकाशकांचं म्हणणं. जगभरात कुठेकुठे स्मरणपोकळ्या सांभाळणारे वाचक त्या त्यांच्या इच्छेतल्या गतेतिहासाने भरू पाहतात. लेखक म्हणाला संध्याकाळी या. संध्याकाळी त्याला कमी दिसतं, त्यामुळे लेखनात व्यत्यय येत नाही. तसंही त्याला आत्मचरित्र वगैरे काही लिहायचं

नाही. तो जे जे लिहितो आहे ते त्याचं आत्मचरित्रच होतं. पण त्याचं लेखन इतकं भरदार की त्याच्या आत डोकावायलाच हवं, असं अनेकांचं म्हणणं. तो दाद देत नाही. आजही त्यानं बोलायला नकारच दिलेला. तो म्हणाला, "मी गावकुसाबाहेरचा. गावकुसाच्या आतलं काही कळत नाही. बुद्ध जयंतीचा मुहूर्त साधून पोखरणला अणुस्फोट केला तेव्हा माझ्या गावानं मला वाळीत टाकलं होतं, माझी पहिली कविता पेपरात प्रसिद्ध झाली म्हणून. ती कविता होती निळ्या डोळ्याच्या एका वेड्यानं सूर्याची दोन शकलं करून जपानवर टाकल्याची." मी चकितच झाले. म्हणून तो बोलत नव्हता का? त्याला विचारलं तेव्हा तो सिनिकली हसला. नुसताच किंचित. त्याच्या त्या काव्यसंग्रहानंतर बरंच लिहिलं होतं त्यानं, १९९२ पर्यंत. नंतर थांबला होता. त्याची १९९२ मधली कादंबरी मी दरवेळेस नव्यानं वाचत राहते. कितीतरी गोष्टी त्याला आधीच दिसल्या होत्या. पहारी घेऊन इतिहास खणून नष्ट केल्याच्या दाव्यांत पेरलेली स्फोटकं पार माझ्या आयुष्यापर्यंत येऊन पोहोचलेली होती तेव्हापासून. घरं चिरफाळली होती. त्यानं पुढे काही का नाही लिहिलं? त्याला असं विचारलं तेव्हा त्यानं नुसतीच भुवई उंचावली होती एक. तेवढंच करणं शक्य होतं. लेखकपणाचा आब राखणारं होतं. नाहीतर लोक किती वाईट आहेत आणि मी कसा बळी ठरलो; माझे प्रयत्न कसे पुसले गेले असं तो म्हणू शकला असता. त्यानं काहीतरी म्हणायला हवं न दमता, अजूनही. किती वेळ सहन करेल तो असं न बोलता बसून राहणं? पण तो त्याच्याकडचे सगळे शब्द संपल्यासारखा रिक्त बसून राहिला. वीज गेली तशी उठले. तो म्हणाला, शब्द गळ्यात धोंड्यासारखे बांधले जातात. पडलीस कुठे भलत्याच खड्ड्यात तर मरशील. सावध राहा."

किरणकडे खरंच जावं का? माझे पाय जड झाले त्या विचारानंच. तो न बोलणारा लेखक परवडला. किरणकडे नुसते शब्दांचे घोसच्या घोस जिथे तिथे टांगून ठेवलेले. त्याच्या तीन बेडरुम्सच्या महालात. त्याला हवे तेव्हा, त्याला हवे ते खुडून घेऊन चघळावे लागायचे. त्याच्या कॉम्प्युटर साम्राज्यात बोटाच्या टोकांशीच शब्द आणि शब्दांचे संदर्भही. कितीही आभासी असले तरी त्याच्या शब्दांना सिद्ध करायला पुरेसे असतात. कोणतीही समस्या घ्या, त्याच्याकडे माहितीचा हा प्रचंड साठा. जगभरच्या तत्त्वज्ञानापासून ते सांख्यिकी अहवालापर्यंत सर्वकाही उपलब्ध. त्याचा असा भरघोस माहितीपूर्ण मतबहाद्दर असण्याचं मला ओझं व्हायचं. नाहीये मत मला. किंवा आहे पण सांगायचं नाहीये तुला. किंवा तुझं मत आणि प्रत्यक्ष वस्तुस्थिती अगदीच निराळी आहे, यापैकी काहीच म्हणायची सोय त्याच्याकडे नसते. त्याचे शब्द कोसळण्याचं थांबलं की मग आपली वसनं अंगावर शिस्तीनं

लपेटून घेत आपण आपले शब्द उच्चारायचे. जेवूयात? त्याच्या शब्दांनी लडबडून मन आणि बुद्धी इतके बुळबुळीत झालेले असायचे... किरण नको, असं म्हटलं आणि पाय मुरगळला. कच्चकन. तो नेहमीचाच. डावा घोटा. मुरगळून मुरगळून अधू झालेला. डोक्यात कळ गेली. अंधारात मटकन खाली बसले. एवढ्यात झपकन झोत मारत एक आलिशान गाडी आली. इतक्या अंधारात आणि एवढ्याशा गल्लीत इतक्या वेगानं का मारावी गाडी यानं? ती आलिशान आहे एवढंच कारण. किती वेळा प्रतापशी यावरून भांडणं व्हायची आपली. घटस्फोट घ्यायला जी अनेक कारणं होती त्यात या गोष्टीचा क्रमांक बराच वरचा होता. प्रतापच्या मते लोकांना अक्कल नसते रस्ते वापरायची, वाहनांना रस्ता द्यायची. हा कसला माज! केवळ आलिशान गाडीचा मालक असल्याचा? मी मान वर केली तेव्हा गाडीच्या दिव्यांच्या झोतानं माझे डोळे दिपले. तो माझ्या अंगावरून गेला असता असं लक्षात आल्यावर घोट्याची वेदना विखरत मी उलटीकडे लोळत गेले आणि थंडगार पाण्याच्या रबरबीत खड्ड्यात पडले.

नाकात, तोंडात चिखलाचा सरसरीत द्राव भरायला लागला. नितळ पाणी असतं तर त्यातूनही काही हवा नाकात जाऊ शकते. किमान हवेचे बुडबुडे पोटात जाऊ शकतात. पण हा घनदाट द्राव. अंगावरची जीन भिजून जड होत गेली तशी खाली जायला लागले. शरीर कपड्यांनीच वेढून टाकलं. हात बुळबुळीत. बोटांच्या बेचक्यातही रवरवीत पातळ थर. कोणता शांपू हिंमत करेल या केसांना ग्लॅमरस करण्याची? कोणतं गोरेपनकी क्रीम माझ्या गालांच्या पार्श्वभूमीवर नाचेल? ती कोणती माजोरडी गाडी होती जी अशी जोरात दामटत नेली? कोणत्या हिरोनं? पाय मऊसूत चिखलात रुतले. हातांनी काही कडक मिळतंय का धरायला याचा आकांत केला तेव्हा एक लांबसर, गुळगुळीत, काहीतरी हाताशी आलं. डोळ्यांमध्ये कणीदार चिखलाचा पडदा धरला होता. हाताशी आलेलं ते लांबडं काय असेल, असं चाचपेपर्यंत गळ्यातला कॅमेरा चिखलानं भरला. जड झाला. त्याच्या केसच्या चामडी पट्ट्याचा फास गळ्याभोवती रुतायला लागला. पाठीवरची सॅक रबडीत रुतून जड झाली. पण तिरीमिरीनं मी स्वतःला वर उचललं आणि पाय रोवले. ते मऊ-कडक तळावर सरळ ठेवता येईनात. निसटले. बूट पायातून निसटला. मुरगळलेल्या पायातून कळ गेली. तोंडातला रबडीचा दाट द्राव थुंकत परत एकदा पाय रोवला. बूट नसलेला. तेव्हा कोणत्यातरी मानवी शरीरावर पाय रोवला जातोय असं वाटून एकदम दचकले. थरकाप झाला. स्थिर करत, उभी राहत कॅमेरा झटकला. डोळे आणि तोंड रिकामं होईतो पाठीवरची सॅक काढता येणं शक्य नाही असं लक्षात

घेतलं. तेवढ्यात आणखी एक गाडी झळकत गेली झरकन. माझ्या चिखलमय डोळ्यांवर झोत जाणवला. मुख्य रस्त्यावरचे वाहनांच्या दिव्यांचे नाच चालू होते. आणि उंच इमारतींमधले आठव्या- दहाव्या मजल्यांवरचे दिवे काळ्या अवकाशात तरंगत होते. श्वास घेण्याइतपत नाक आणि तोंड रिकामं झालं तसा श्वास घेतला. परत एकदा श्वास घेतला. खड्डा मी उभं राहून डोकं पाण्याबाहेर राहण्याइतका खोल होता म्हणजे साधारण सहा फूट! रुंदही फार नव्हता. कड हाताशी धरून वरती येता आलं असतं. पण आत ते काय? खांद्यावरची सॅक ओढून काढली. वरती रस्त्यावर फेकली. कॅमेरा झटकला. एका हातानं वर धरला आणि खाली वाकले. तळाशी हात फिरवला. ते खरंच मानवी शरीर होतं. सावकाश हात फिरवला तर ते बाईचं होतं असं वाटलं. सलवार, कुडता असावा. हातात कदाचित घड्याळ? ब्रेसलेट? मी किंचाळणाऱ्या स्त्रियांच्या कोटीतील नव्हे. पण इतक्या भर रस्त्यावर खड्ड्यात मृतदेह असणे ही भयावह गोष्ट होती. मी घाईघाईनं रस्त्याची कड पकडली. प्रयासानं माझे प्रचंड जड झालेले अवयव वर खेचले. वर उभी राहिले. रस्त्यावरच्या अंधारात हात केला तरी तो दिसण्याची शक्यता नव्हतीच. डोळे इतके भयानक दुखत होते की त्यांच्यातला चिखल धुतल्याशिवाय मला त्या खड्ड्यात नक्की कोण पडलंय हे कळणं अवघडच होतं. पोलीस स्टेशन या अंधारात कसं शोधायचं? फोन करायचा तरी तो जीनच्या चिखलानं भरलेल्या खिशातून काढणं अवघडच. मुरगळलेल्या पायाला प्रचंड वेदना होत होती. सगळ्या शरीरावर वेदनांचे फराटे उमटलेले. अचानक आलेल्या गाडीच्या दिमाखदार झोतात समोरचा फ्लेक्स बोर्ड चमकला. पांढरी दाढी आणि पांढरे केस असलेल्या पितृतुल्य मोदींचा चेहरा हात उंचावून आश्वासन देत होता. गाडी गेली, झोत गेला तसा मोदींचा चेहराही गायब झाला. बाबा आठवले. बाबाही अलीकडे दाढी ठेवायला लागले होते. प्राची त्यांना हसायची. म्हणायची, ते त्यांचं पौरुष अद्यापही शाबूत आहे हे दाखवून देताहेत. माझा घटस्फोट ही बाबांच्या उरातली सगळ्यात दाहक वेदना होती. आजवर आपल्या कुटुंबाला अशी नाचक्की सोसायला लागली नव्हती, असं त्यांचं म्हणणं होतं. पण प्रतापकडे राह्यले असते तर माझी आत्महत्या करवली गेली असती, असं जेव्हा मला वाटलं, तेव्हा मी बाबांच्या कुटुंबाच्या नामुष्कीचा विचार सोडला. आई अलीकडे सगळ्यातूनच निवृत्त झाली होती. ती तिच्या बायकांच्या गटात रामायण वाचून दाखवायची. मी डोळे फाडून बघत होते, मोदींना दिसली असेल का खड्ड्यातील ती कोणी? पण पाय किंचाळत होता. डोळे फाटायला लागले होते. लेखकाकडे जाण्याला पर्याय नव्हता.

माझ्या डोक्यावर कोंबट पाणी सावकाश ओतत लेखक म्हणाला, ‘इशरत.’

माझी पाठ स्वच्छ करत त्यानं केसातला चिखल निघाला ना याची परत एकदा खात्री केली. जागोजागी झालेल्या जखमांना मलम लावत त्यानं पायाला क्रेप बँडेज बांधलं. त्याचे कपडे माझ्या अंगावर चढवत त्यानं एक वाकळ पायावर टाकली. गरम चहा करून आणला. माझ्या चिखलाच्या कपड्यांना चारदा बादलीत चुबकत त्यानं पाणी ओतलं. मोरी घासली खराट्यानं. "उद्याला बाई बोंबलायच्या, मोरी चिखलानं भरलेली पाहिली तर" म्हणत चक्क हसला. माझ्या वेदनांमधून मी ते हसणं नवलानं पाहिलं. पण प्रचंड अस्वस्थतेनं भरून मी खदखदत होते. पोलिसांत जायला नको? कोणत्या गाडीनं उडवलं याची चौकशी नको करायला? ती जिवंत नसेल कशावरून? तो कुकर चढवत म्हणाला, "ती तिथे नसेल आता." "म्हणजे?" मी माझा मुरगळलेला पाय पलंगावरून खाली सोडला. उठून जाण्यासाठी. प्रचंड चमक डोक्यात गेली. तो म्हणाला, "फ्रॅक्चर आहे बहुतेक. सुजलाय. तुलाच जावं लागेल डॉक्टरकडे. पण तिला वाचवायला नको? मी न विचारताच तो म्हणाला, "ती तिथे नसेल." तितक्याच ठामपणे. शांतपणे. माझा कॅमेरा आणि सॅक तसेच मोरीच्या कठड्यावर होते. निदान फोन तरी करावा पोलिसांत. तो परत एकदा म्हणाला, "ती तिथे नसणार. तू तक्रार केलीस तरी ती कुणालाच दिसणार नाही. अगदी तुलासुद्धा. गेल्या काही महिन्यांचा इतिहास पहा. जे डोळ्यांना दिसतं, जे कानांना ऐकू येतं, जे स्पर्शातून जाणवतं ते सर्व नाकारण्याची गौरवशाली परंपरा काय करते आहे?" ती इतक्या खात्रीनं तो म्हणतो आहे ती कोण? इशरत... इशरत...इथे? काहीतरीच. हा इतका थंड कसा? सरळ मला सांगतो आहे 'इशरत' म्हणून. त्याला माहीत होतं? काय माहीत होतं?

तो बोलायचा थांबला होता. मेणबत्त्यांच्या उजेडात आम्ही तटस्थ बसून होतो. भोवती डास गुणगुणायला लागले. कुकरच्या दोन शिट्ट्या झाल्या. त्यानं गॅस बंद केला. तो परत त्याच्या खुर्चीत बसला. मी पलंगावरचा माझा पाय हलके चोळत होते. त्याच्या तळव्याशी असलेल्या मानवी शरीराच्या संवेदना अजूनही हुळहुळत होत्या. अंग त्या स्पर्शानं शहारत होतं. "तू इशरत कसं म्हणतोस? ती तर केव्हाच मेली. केसही चालू आहे आता." तो बोलला नाही. मी निकरानं बोलण्याचा प्रयत्न करत होते. अंधारात डोळे फाडत लेखकाकडे बघण्याचा प्रयत्न करत होते. पण दाटत चाललेल्या अंधारात तोही विरत चालला होता. इशरतसारखा नुसताच स्पर्श जाणवेल काही वेळानं त्याच्या हातांचा माझ्या पाठीवर, माझ्या केसांत, माझ्या अंगावरचा चिखल काळजीपूर्वक धुऊन काढणारा. इशरतचा स्पर्श जाणवत होता पायाच्या तळव्याला तसा. पण मी का म्हणतेय इशरत? मी डोकं झटकलं. पायाची

वेदना कंबरेतही भरली होती.

नाकात खिचडीचा गरम मसालेदार वास भरला आणि एकदम वीज आली. लेखक दोन थाळ्या हातात घेऊन उभा होता. खिचडी, कसलीशी तांबडी चटणी आणि काकडीच्या कापलेल्या फोडी. माझ्या नजरेतला कोरेपणा लेखकाला जाणवला असावा. त्यानं ताट माझ्यासमोरच्या जागेत पलंगावर ठेवलं. तो खुर्चीत जाऊन बसला. त्याची खिचडी खात. मी त्याच्याकडे बघितलं. जरा भान आलं. वीज आली म्हणताना हा बोलणार नाहीच. मी अस्वस्थपणे खिचडी खायला सुरुवात केली. ही नि:शब्द अस्वस्थता काही खरी नाही. ‘‘पेनकिलर आहे एखादी तुझ्याकडे?’’ मी विचारलं. त्यानं पेपर्स समोर टाकले. म्हणाला, ‘‘हेडलाईन्स वाचल्यास तरी बधिर होशील.’’ त्यानं हातानंच मोठा घास तोंडात कोंबला. इशरतचा फोटो. तिला मारल्याबद्दलच्या बातम्या. त्याचा धिक्कार. ती दहशतवादी असल्याचा दावा. वगैरे. ते गेले कित्येक दिवस येत होतंच पेपरात. मी ते तसेच दूर लोटले. लेखकाने डोळे मोठे केले. ‘‘इतक्या लवकर परिणाम?’’ असं म्हणायचं असावं. मी तोंड फिरवलं. पलंगावरून पाय खाली सोडले. सण्णकन वेदनेचा आगडोंब उसळला. पाय परत एकदा वरती घेतला. हलकेच पसरला. जरा वेदना गिळल्या. खिचडीचं ताट उचललं. गरम चविष्ट घास पोटात गेल्यावर थोडं बरं वाटलं. अचानक भूकच लागली. मगाशी मुलाखत घ्यायचा प्रयत्न करत होते तेव्हा काही खाल्लं नव्हतं. आता बकाबक खावंसं वाटलं. अचानक तो खड्ड्यातला स्पर्श अंगभर पसरला. पुन्हा तोंडाची चव गेली. खाताना अपराधी वाटायला लागलं; पण तोवर खिचडी संपत आली होती, म्हणताना ताट साफ केलं. लेखकाकडे ताट द्यायला संकोच वाटला. शिवाय आता लिझला बोलावून घ्यावं लागणार असं दिसत होतंच. वेदना घट्ट पकडून लंगडी घालत मी मोरीपाशी गेले. ताट घासायला टाकलं. हात धुतले. सॅकमध्ये इमर्जन्सी फोन नंबर्स होते. तळाशी ठेवलेलं पाकिट काढलं. त्यातली डायरी काढली. मोबाईल काढला. एलिझाबेथचा फोन शोधून टाईप करताना घोट्याची वेदना बोंब मारत शरीरभर पसरली. घामानं निथळत मी डोळे मिटले. परत पलंगावर येऊन बसले. पाय पसरला. लिझ. मला ती तिच्या मोठ्या काळ्याभोर सीरीयन ख्रिश्चन डोळ्यांनी नाराजी व्यक्त करताना दिसलीच.

लिझला लिझ म्हटलेलं आवडायचं नाही. लिझ टेलर आणि तिची ती रम्य लग्नप्रकरणे तिला कमालीची कसनुशी करायची. एलिझाबेथ आणि माझी मैत्री इन्टेन्स. मी घटस्फोट घेतला तेव्हा आमचं कडाक्याचं भांडण झालेलं. तिच्या पाप-पुण्याच्या कल्पना भयंकर अचल. ती आणि मी दोन ध्रुवांवरच त्या बाबतीत. तिच्या

ध्रुवावर तिचा येशू हातात बायबल धरून तिला मॉनिटर करायचा. मला बाहेरून कोणी मॉनिटर केलेलं चालायचं नाही. कसली दैवी योजना वगैरे म्हणायचं? आपणच उघड्या डोळ्यांनी पडत असतो खड्ड्यात. ती रागवायची माझ्या पाप-पुण्याच्या कल्पनेबाबत. मी तिला म्हणायची, सगळ्याच पाप-पुण्याला जागा करून द्यायला हवी ना? आणि जिवंत राहायचंच ठरवलं तर मग पृथ्वीवरच लागेल जागा. ती गप्प व्हायची कारण मरणही स्वतःच्या हातात घेणं तिच्या दृष्टीनं पापच. जीवन देणारा तोच जीवन घेणाराही. मी तिचा नंबर डायल केला. तिचा शांत, खर्जातला, एकसुरी आवाज ऐकूनही माझ्या वेदनेत जीव आला. ''लिझ, खड्ड्यात पडले. पाय मोडलाय बहुतेक. तुझ्या घराच्या जवळपास आहे.'' ''ओ जीझस! आलेच मी. कुठे आहेस सांग.'' ''जीझसला नाही तुला बोलावतेय.'' माझा आवाज चिरकला असावा तिच्या जिव्हाळ्यानं. डोळ्यातून पाणी वाहात होतं. शरीर वेठीला धरतो देव च्यायला. मग क्रूसावरूनही हाक मारावी लागते. मी डोळे निपटले. पाय हलला तशी वेदना मस्तकात गेली. ''डोन्ट क्राय. आय विल बी देअर इन अ जीफी.'' लिझ म्हणाली. ''आय एम नॉट क्रायिंग लिझ. येताना कोरडे कपडे आण आणि क्रेप बँडेज.'' ''या. डोन्ट वरी. विल गेट एव्हरीथिंग.'' लिझ पोहोचेलच. मला खात्री होती. तिचा सेवाभाव आणि करुणा भयंकर करारी होते. त्याच्याआड कोणतंही भांडण यायचं नाही. बोलणं संपताना लेखक माझ्यापाशी पाण्याचा पेला घेऊन आला. हाही लिझच्याच जातीचा दिसतोय. मला माझ्या बाबांची आणि त्यानंतरच्या नवऱ्याची सवय. कोणतेकोणते अपमान मनात डूख धरून बसलेले असायचे आणि त्याचा नेमका नीट सूडही घेतला जायचा. आपण विसरलेल्या प्रमादांची यादी त्यांच्या डोक्यात पक्की शाबूत असायची. तिच्याआड काहीही येणार नाही याची दक्षता. माझे दोन्हीही घटस्फोट-बाबांपासूनचा आणि प्रतापपासूनचा याच त्यांच्या स्वभावामुळे. प्राची बाबांना पुरून कशी काय उरायची? ती त्यांना तिनं सांगितलेल्या गोष्टी करायलाच लावायची. माघार न घेता. बाबांच्याच चिकाटीनं. मी तिला प्रिय प्रिय प्राची म्हणायचे. लेखकानं कॉम्बिफ्लॅनच्या दोन गोळ्या समोर ठेवल्या. पाण्याचा पेला घेऊन परत समोर आला. मी गोळ्या गिळल्या. थॅन्क्स! मी बोलावलंय माझ्या मैत्रिणीला.'' त्यानं माझ्या पाठीमागची उशी नीट केली.

लिझ आली. तिनं पाय बघितला. ''नो फ्रॅक्चर. डोन्ट वरी.'' मग माझे कपडे बदलले. मोरीतले रद्दा झालेले कपडे सोबतच्या ट्रॅश बॅगमध्ये टाकले. कॅमेरा कागदी पिशवीत टाकला. सॅकही कापडी पिशवीत कोंबली. मग दार उघडून लेखकाला आत बोलावलं. तो दुसऱ्याच्या घरात आल्यासारखा आदबीनं आत आला आणि

परत एकदा त्याच्या खुर्चीत बसला. त्याच्या तटस्थतेचा माझ्या मनावर वाढत चाललेला ताण लिझच्या वावरानं हलका झाला. काही हालचाल करणे हे अर्थपूर्ण असते असं वाटायला लागलं. लिझनं पायाचं क्रेप बँडेज व्यवस्थित गुंडाळी करून त्यावरची पिन नीट खोचून त्याच्याकडे दिलं. तिनं आणलेलं बँडेज माझ्या पायाला बांधलं. माझं सगळं सामान ती गाडीत टाकायला गेली. मी लेखकाला म्हटलं, ''मला मदत केल्याबद्दल मनापासून आभार. मी परत येईनच. आमच्या प्रकाशकांना रस आहे हे खरंच. पण मलाही आता नवीन प्रश्न पडताहेत तुमच्याबद्दल. तेव्हा भेटूच.'' त्याच्याशी बोलताना ज्या खात्रीनं भेटूच म्हटलं त्यात पाय दुखावल्याचं विसरले होते. सहज उठायला पाय हलवला आणि परत एकदा वेदनेचं थैमान शरीरात झालं. फक्त आता ती एकेरी वेदना होती. मगासारखं जंजाळ नव्हतं. लिझ आली आणि मला बोलता आलं हे बरंच सुखकारक ठरलं.

लिझच्या गाडीत बसले. त्या खड्ड्यापाशी तिला गाडी थांबवायला सांगितली. ''काही नाही, मगाशी इथे पडले ना, माझं घड्याळ इथे पडलं का ते बघते?'' तिला इशरतबद्दल सांगावं की नाही? आता वीज होती त्यामुळे उजेड होता थोडा. माझा पाय बरा असता तर मीच उतरले असते. पण टाळून चालणार नाही. नेटानं उतरावंच. लिझला विनंती करून. लिझनं आधार दिला. खड्ड्यातल्या पाण्यात आता उजेडाची अनेक वलयं आणि दाट एकसारखा पृष्ठभाग. प्रेत फुगून तरंगायला किती तास लागतात? शिवाय दाट द्रवात ते तरंगतं का? मला प्रेतांचा अनुभव नव्हता. पाच-सहा फूट खोल तळाशी मी कसं बघणार होते? लिझला सांगायला लागेलच. ''लिझ, मी या खड्ड्यात पडले मगाशी. तेव्हा त्याच्या तळाशी एक डेड बॉडी होती.'' मी हलकेच तिच्या कानाशी बोलले. लिझ दचकली. ''ओ गॉड! आर यू सीरीयस?'' मी संदिग्ध मान हलवली. माझा अनुभव खरा की लेखकाचं म्हणणं खरं? मला ठरवता येईना. ''लेट्स इन्फॉर्म द पुलिस?'' ''हो पण तिथे आहे का डेड बॉडी ते बघायला हवं ना? शिवाय अपघात असला तर ठीक. पण खून असला तर?'' ''काय फरक पडतो? पोलिसांत कळवायला लागेलच ना?'' ''हो, पण तिथे आहे का ती?'' हाताशी काहीच नव्हतं. दोन मिनिटं तशाच अस्वस्थ उभ्या राहिलो. मग मी म्हटलं, ''लिझ उद्या सकाळी येऊ इथे. जरा महानगरपालिकेला कळवू त्यांनी दुरुस्त केलेल्या रस्त्याची दुर्दशा. त्यांच्याकडूनच खड्ड्यात उतरायला कोणी घेऊ. पाऊस थांबला तर बरंच. पण नाही थांबला तरी एखादा माणूस मिळतो का ते बघू उतरायला आत.'' लिझनं मान हलवली. छातीवर क्रॉसची खूण केली. आम्ही गाडीत बसलो. घरी पोहोचेपर्यंत आम्ही काही बोललो

नाही. घरात आलो. लिझनं तिच्या कर्तव्यतत्परतेनं माझ्या सगळ्या गोष्टींची नीट व्यवस्था केली. मला बेडरूममध्ये झोपवलं. कपडे लगेचच वॉशिंग मशीनला लावले. गरम कॉफी करून आणली. तिच्या बेडच्या समोरच्या भिंतीवर येशूची क्रूसावरची अप्रतिम मूर्ती त्याच्या पायाशी ठेवलेल्या इलेक्ट्रिकल मेणबत्तीच्या निळसर उजेडात न्हाऊन निघत होती. मी विषादानं त्याच्या त्या असीम वेदनेकडे बघितलं. माझ्या घोट्यातली नस टणटण उडत होती. प्रत्येक क्षणाला वेदनेची टोकदार जाणीव घोट्यातून बाहेर पडायला पाहत होती.

लिझ आली. तिला विचारलं, ''काय म्हणतोय नवरा? झाली का केस सुरू?'' लिझनं मान हलवली. मला आठवत होती ती दोन वर्षांपूर्वी मला भेटायला आलेली लिझ. तिच्या जेसनला घेऊन. तो काहीसा ओबडधोबड पण चार्मिंग. सुस्थितीत असल्याचे सर्व आत्मविश्वास त्याच्याकडे होते. शिवाय हुशार. कॉम्प्युटर इंजिनिअर म्हटलं की हुशारी वादातीत असतेच. लिझची शाळेतली नोकरी. घरात एकटी आजारी आई. त्यांचा तो छोटा फ्लॅट उदास असायचा. लिझच्या धार्मिक धीरगंभीरतेचा काळीमाही गोड पसरलेला असायचा. जेसन आल्यावर ते सगळं ढवळून निघालं होतं. अगदी लीझचे काळेभोर घनदाट केरळी केसही एकदम चमकदार झाले होते. तिच्या ओठांखालच्या खळ्यादेखील वारंवार उमटायच्या त्या काळात. जेसनला राहायला जागा हवी होती. शिवाय बाहेर देशात अर्ज टाकायला कॉम्प्युटरही. लिझ मूर्तिमंत त्याग आणि सेवा; पण जेसननं तिला लग्नाविषयी विचारलं आणि लिझ माणसांत आली. जेसनच्या घरच्यांचा विरोध होता त्यांच्या लग्नाला. तिच्या घरची परिस्थिती तशी सामान्यच. कॉम्प्युटर इंजिनिअरला किती डिमांड होती. मग जेसनला अबुधाबीत मिळालेली नोकरी. मग त्यांचं कोर्ट मॅरेज. जेसनचं प्रयाण. लिझची तिकडे जाण्याची शक्यता. तिची बहीण येऊन राहते म्हणाली होती आईपाशी. ते दीड वर्ष कसं उत्फुल्ल गेलेलं. अजूनही आठवते ती लिझ. नंतर माझ्याकडे आली होती तेव्हा जेसननं दुसरं लग्न केल्याची बातमी व्हेरिफाय करायला आली होती. तिचा फोन तो उचलत नव्हता. केरळवरून जेसनचे आई-वडील येऊन तिला धमकावून गेले होते... जेसनला सोड म्हणून. ते घरचे पिढीजात श्रीमंत. त्यांना तेवढीच श्रीमंत सून हवी होती. लिझ शांत आणि निश्चयी. ''आमचं लग्न झालंय, मी अबुधाबीला जाणार आहे.'' असं त्यांना सांगणारी. आणि नंतर हे. मी माझ्या फोनवरून जेसनशी बोलले. त्यानं गयावया करत सांगितलं, त्याचं लग्न झालंय आणि त्याला सहा महिन्यांचा मुलगा आहे म्हणून. लिझ म्हणाली, ''दॅट चाईल्ड इज अ बास्टर्ड चाईल्ड. द मॅरेज कॅनॉट बी व्हॅलिड. द चर्च डझन्ट अलाऊ.'' मी

कपाळाला हात लावला. ''लिझ, युवर चर्च हॅज अलाउड. फेस इट.'' मग लिझ चर्चशीच भांडली. चर्चनं कोर्ट मॅरेज स्वीकारायचं की नाही? लिझचं म्हणणं कोर्ट काय किंवा चर्च काय; प्रेम आहे आणि लग्न करायचं आहे, असं दोघांनी म्हटलं तेव्हाच देवाच्या दरबारी ते रुजू झालं, ते आता दोघंही नाकारू शकत नाहीत. जेसनचे आईबाप मोठी रक्कम घेऊन आलेले. मिटवायला. लिझचं म्हणणं तिला तिचा नवरा परत हवा. बाकी काहीच नको. त्याला कळायला हवं की लग्न म्हणजे पोरखेळ नसतो. मी म्हटलं होतं आता तिनं ती रक्कम घेऊन जेसनला विसरून जावं. दोन बेडरूमचा फ्लॅट आला असता तेवढ्यात तर मग लिझला आईचा औषधोपचार करायला चॅरिटीवर अवलंबून रहायला लागलं नसतं. माझ्या त्या सल्ल्यानं लिझ भडकली. ती म्हणाली, ''चर्चची चॅरिटी परवडली माणसाच्या भ्रष्ट लाचखोरीपेक्षा.'' मी म्हटलं, 'चर्चपण माणसंच बघतात.' मग दोन वर्षं आम्ही एकमेकींशी बोललो नाही. लग्न ही इतकी विश्वासार्ह गोष्ट का मानायची? तेही जागतिकीकरणाच्या जमान्यात? लिझच्या मते तेवढीच गोष्ट विश्वासार्ह होती. कारण तिला प्रेमाचा आधार होता. येशू तेच सांगतो. पण त्याच येशूचा आधार जेसन आणि त्याच्या आई-वडिलांनाही होता, ही वस्तुस्थिती लिझ मानायला तयार नव्हती. शिवाय अगदी जेसन परत आलाच तरी ती कोणत्या प्रेमानं त्याच्याबरोबर राहू शकणार होती? फसवणूक प्रेम संपवत नाही? लिझ म्हणाली होती कसं राहायचं ते बघू नंतर. पण त्यानं पाप केलं होतं. देवाच्या आज्ञेशी प्रतारणा. त्याला असं करता येणार नाही. लिझची अभंग श्रद्धा चर्चलापण कसनुशी करून गेली. देवाचीपण गोची झाली असावी. शेवटी लिझनं मानवी न्यायाचा आधार घेतला.

लिझनं बर्फाची पिशवी माझ्या घोट्यावर ठेवली. ती शेजारी पडली. मी वळण्याच्या परिस्थितीत नव्हते. दुखऱ्या पायावर भर देऊन चालणार नव्हता. तो लेखक इतका शांत कसा होता? आणि तो 'इशरत' का म्हणाला? मला त्याच्या त्या कादंबरीतला तो सगळा सीन आठवला. गटाराचं लालभडक पाणी हुंगत जमा झालेले कुत्रे. त्या पाण्याचा माग काढत गेलेला त्याचा पत्रकार नायक. घराच्या मागच्या बाजूला सापडलेले मानवी गर्भांचे तुकडे. आत भुंकणारे सात अल्सेशियन्स. फाटकाशी येऊन... अचानक त्याच्यासमोर पडलेला अपुऱ्या दिवसांचा मानवी गर्भ. वरच्या खिडकीतून भिरकावलेला. कुत्र्यांसाठी असावा. तो पुरावा त्याच्या पिशवीत घेऊन धावत सुटलेला नायक. त्याच्या पाठीमागे लागलेले कुत्रे. मोटरसायकल आणि कुत्र्यांचा जीवघेणा पाठलाग. अखेरीस त्या गर्भाचे उलगडलेले कोडे. बेकायदेशीर भ्रूणहत्या करण्याचा तो कारखाना. दिवसाला १०० गर्भांची

वासलात लावण्याचा पेच. साहसकथा सदरात ती प्रसिद्ध झाली होती तेव्हा. आज तिला कोणत्या सदरात टाकायचं? ते वाचून झाल्यावर मी भडाभडा ओकले होते. तेव्हा १९ व्या शतकातील महाराष्ट्रावर आमच्या प्रकाशनाकडे बरीच हस्तलिखितं आलेली. प्रकाशनासाठी. कोणत्यातरी हस्तलिखितात वाचल्याचं आठवत होतं. 'नारायण केशव वैद्य यांनी लिहिलेल्या-हिंदुस्तानातील विधवांचे दर्शन आणि बालकांचे नाशन, भाग पहिला, पूर्वार्ध, १८८१. खानेसुमारी रिपोर्टावरून या सर्व हिंदुस्तानातील पुनर्विवाह न होणाऱ्या ब्राह्मणादि जातींतल्या विधवांचे हातून पंधरा वर्षांत, १२,५४२ बालहत्या झाल्या.' 'लोकहितवादी सांगतात त्याप्रमाणे पुण्यात व आसमंतात प्रांती शंभर कोसांत दोन-तीन हजार लेकरे मारली जातात.' शब्द असेच तोडकेमोडके डोक्यात आकडेवारीसकट आजही नाचत होते. लिझनं हातावर हात ठेवला तेव्हा भानावर आले. १३२ वर्षांपूर्वीचा तो रिपोर्ट, लेखकाची कल्पनाशक्ती आणि लिझची श्रद्धा हे सगळं एकजीव झालं पाहिजे.

लिझला दोन वर्षांनी भेटत होते तेव्हा वेदना बाजूला ठेवावी, असं म्हणत मी प्रयासानं कुशीवर वळले. लिझच्या घनदाट निळसर काळ्या केसांत बऱ्याच रुपेरी चमकी भरल्या होत्या. तिची तजेलदार कांती एकदम कोरडी, निस्तेज झाली होती. डोळ्यांखाली वर्तुळं स्पष्ट दिसत होती. दोन वर्षांत. मी कळवळले. लिझनं माझ्या चेहऱ्यावर हात फिरवला. "यू हॅव लॉस्ट योर लस्टर डिअर. किती सुकली आहेस!" "तुझ्या केसचं काय झालं?" लिझनं सुस्कारा टाकला. "जेसन इज स्टिल देअर इन अबुधाबी. कोर्टानं त्याच्याविरुद्ध निकाल दिला; पण ही इज नॉट कमिंग बॅक. त्याची बायको आलीय इथं. कोर्टात दिसली होती. सच अ स्मॉल लिटिल गर्ल! हाऊ कुड ही मॅरी हर? पुअर लिटिल गर्ल विथ अ टायनी चाईल्ड. आय हॅड नथिंग अगेन्स्ट हर यू सी. बट देन आय कुडन्ट हेल्प. तिनं पहावं त्या बास्टर्ड मुलाचं काय करायचं ते. तो जेसन तिकडेच आहे. त्यांचं लग्न इथे मी चॅलेंज केलंय. आई गेली तेव्हा त्याच्या आई-वडिलांनी आमच्या चर्चच्या फादरला मध्ये घातलं होतं मिटवायला, पण मी काय करू शकत होते? काही नाही. त्याचं दुसरं लग्न लावताना मी दिसले नाही त्यांना?" लिझचं अवघड होतं. चर्च होतं आणि येशू होता. पण तिला ती फसवली गेलेली दुसरी मुलगी दिसत नव्हती? तीही एका पोराची आई. काय करेल? घ्यावी ना दोघींनी जेसनची सुरक्षितता वाटून आणि राहू द्यावा त्याला अबुधाबीत. अजिबात पाय टाकू देऊ नये त्याला दोघींच्या आयुष्यात. लिझ किती सुरेख होती खरं तर! तिला जेसन कशासाठी हवा होता? "लीव्ह इट इशरत. आय एम टायर्ड ऑफ इट नाव" लिझ कुशीवर वळली. तिच्या ताठ कण्यावर हलकेच

हात फिरवला. तिच्या मानेशी अजूनही दाट पसरलेल्या केसांवर थोपटत मी डोळे वाहते सोडले. लिझ वळली. माझ्या गालावरून पाणी पुसून टाकत तिनं तिचा हात माझ्या हलकेच गळ्यात घातला. मीही तिच्या गळ्यात हात टाकून हलकेच तिच्याजवळ सरकले.

माझं लग्न मोडणं हा मराठी कौटुंबिक मालिका नाहीतर हिंदी चित्रपटांनुसार घडलेला मेलोड्रामा. मला खलनायिका ठरवणारा. नवऱ्यानं कितीही गलिच्छ आरोप केले, झिडकारलं, नाकारलं तरी त्याच्यावर प्रेम करत; त्यांना समजून घेणाऱ्या नायिकांचा जमाना अलीकडे नव्यानं निर्माण केला गेलेला. तिथे आत्मसन्मानाची आणि समतेची भाषा करणारी माझ्यासारखी कालबाह्यच किंवा खलनायिका. प्रतापनं भलताच एन्जॉय केला सगळा तमाशा. त्याच्या खानदानी घराण्याची इज्जत मला घटस्फोट दिल्यानं पुनर्प्रस्थापित झाली होती. आता माझ्याभोवती मला गिळून टाकणाऱ्या नजरांचा आणि मतांचा दाट चिखल तयार झाला होता. मी कशी चुकले. प्रतापसारख्या देखण्या आणि श्रीमंत आणि उच्च जातीतल्या नवऱ्याला सोडून मी कशी चूक केली होती वगैरे. अजूनही ते दिवस आठवले की बधिर व्हायला होतं. मी कमवत होते. मला पैशांची गरज नव्हती. देखणा पुरुष प्रतापच्या अनुभवानंतर परत कधी हवासा वाटण्याची शक्यता नव्हती. पुढे प्रतापनं दुसरं लग्न केलं. ''मूल असतं एखादं तरी निभावलं असतं तुझं.'' असा सूर यच्चयावत स्त्री नातेवाइकांकडून कानावर यायचा तेव्हा परळीवैजनाथची बातमी आठवायची. आश्चर्यानं तोंडात दाही बोटं जायची. खरंतर माझ्या नातेवाईक बायांचं काही समजत नव्हतं मला. मला मूल व्हायला हवं होतं म्हणणाऱ्या बायकांनीही केलेच होते की गर्भपात! प्रत्येकीला तारीख वारानिशी सांगू शकले असते मी. पण संताप आणि कळवळा यांचा इतका जालीम द्राव असायचा त्यांच्या सगळ्यांच्या बोलण्यात की गप्प बसणं मी पत्करायची. एके दिवशी सगळं असह्य झालं. मी चुकीची, कारण मी त्याचा माझ्यावर उगारलेला खानदानी हात हवेतच पकडला होता. मी चुकीची, कारण मी त्याचं मूल माझ्या पोटात घ्यायला नकार दिला. मी सगळ्यांना आदबीनं नमस्कार केला आणि माझ्यासमोर माझा विषय बोलायचा नाही असा दम दिला. तेव्हा मी अदृश्य झाले. कोणालाच मी दिसेना. त्यांच्यासाठी केलेले कष्ट आठवेनात. डिमेन्शियाच. मास डिमेन्शिया... मग मी माझं शरीर गोळा केलं. माझे कष्ट माझ्या ताब्यात घेतले.

लिझला तेच सांगत होते मी. जे शरीर लोकांना दिसत नाही तेच मांडत राहायचं. शरीर दिसायलाच पाहिजे. नाही कसं? ''लिझ आतातरी पटतंय का तुला

की आत्मा वगैरे नंतरच्या गोष्टी आहेत. जेसनला, त्याच्या आई-वडलांना तू दिसलीच नाहीस सोयीनं. तू त्याच्या आत्म्याला आवाहन करत राहिलीस तरी काय उपयोग आहे?'' ''यू आर राँग. त्यांना फक्त शरीरच दिसतं. आत्मा दिसत नाही. स्वतःचा. येशूचा. ज्या नैतिकतेसाठी त्यानं जीव दिला ती कुठे जाते? डोन्ट दे फिअर गॉड? खोटं कसं वागू शकतात? त्यांच्या आत्म्याला शांती कशी मिळते?'' लिझची भाषा फारच प्रागैतिहासिक होती. की ती अगदी समकालीन होती? ''यू नो लिझ, तू असं काही बोलायला लागलीस की मला तू एकदम जिहाद करायला निघाल्यासारखी वाटतेस. हे डेंजरस आहे. लक्षात येतंय का तुझ्या?'' लिझनं ओठ घट्ट मिटले. माझ्याकडे पाठ फिरवली. ती रडत असणार. पण गेली दोन वर्षं ती तेच करत असणार याची मला खात्री होती. ''तुझा वकील तुझ्यासारखा नाही ना?'' ''म्हणजे?'' ''म्हणजे न्यायाधीशांच्या आत्म्याला आवाहन करणारा?''

रात्रभर मी स्वप्नांनी वेढले गेले होते. पायांना सततच थंडगार मानवी देहाची जाणीव होत होती. गळ्यात इशरतचे हात आकांतानं मिठी मारत होते. तिला वर काढायला हवी अशी जाणीव सारखी घशात अडकत होती. सकाळी लिझच्या फोनवरच्या बोलण्यानं जाग आली. लिझला मुंबईला जावं लागणार होतं. तिच्या वकिलाकडे जेसनच्या दुसऱ्या बायकोनं काही कागदपत्रं सादर केली होती ती तातडीनं बघायला हवी होती. पण मग इशरतचं काय? मी उठले. पायातून चमक गेली. मी क्रेप बँडेज शोधलं. सूज नव्हती. लिझ म्हणालीच होती काल फ्रॅक्चर नाही म्हणून; पण वेदना होती. ब्रेड-ऑम्लेट खाऊन झाल्यावर लिझ म्हणाली, ''व्हॉट डू वी डू विथ दॅट डेड बॉडी यू सेड वॉज इन द डिच?'' ''आपण जाऊ या तिथे काही दिसतंय का ते बघायला. तुझ्याकडे बांबू आहे का सात फूट लांब?'' लिझनं तिच्याकडे फरशी पुसण्याचा लांब दांड्याचा ब्रश होता, त्याची लांबी मोजली. ती पाच फूट होती. म्हणजे एक फूट हात आत घालावा लागेल खड्ड्यात. लिझ म्हणाली, ''लेटस गो. आपण तिथे जाऊन बघू. नाहीतर मग नगरपालिकेचे बूथ्स असतात ना मदतीसाठी नागरिकांच्या, तिथे जाऊ.''

आम्ही परत एकदा खड्ड्याकडे निघालो. पाऊस दणादणा पडायला लागला. म्हणजे तो खड्डा भरून वाहणार. पूर्ण सहा फूट. सकाळची वेळ म्हणजे वाहनांचाही महापूर. लेखकाच्या घराकडे जाताना अनेकच खड्डे लागत होते. आपण नक्की कोणत्या खड्ड्यात पडलो होतो काल? लिझनं विचारलं तेव्हा म्हटलं, अगं तो मोदींचा प्रचंड मोठा फ्लेक्सबोर्ड होता तिथं. पण तसे फ्लेक्सबोर्ड सात होते आणि सातही फ्लेक्सबोर्डांखाली खड्डे होते. लिझनं गाडी थांबवली. लेखकाच्या घरापर्यंत

लंगडत पोहोचायला आपल्याला किती वेळ लागला होता? वेदना इतक्या होत्या त्या वेळेस की तो वेळ बराच मोठा वाटला होता. मोदींचा चेहरा कोणत्या कोनातून चमकला होता काल रात्री? संपूर्ण चेहरा आणि उंचावलेला आशीर्वाद देणारा हात होता. म्हणजे त्याच्या समोरच्या खड्ड्यात आपण असणार. पण तसे ते हसरे मोदी दोन्ही बाजूंना होते. लिझ म्हणाली, ''लेटस चेक ईच अॅन्ड एव्हरी डिच.'' ती तिचा तो ब्रश घेऊन उतरली. मी तिच्या डोक्यावर धरायला छत्री उघडली. तिनं माझ्या लंगडणाऱ्या पायाकडे बघितलं. म्हणाली, ''तू कारमध्येच बसलीस तरी चालेल.'' मी मान हलवली. तिच्या खांद्यावर भार टाकत आम्ही एका खड्ड्यापाशी पोहोचलो. गाड्या फर्फर जात होत्या. लिझनं खड्ड्यात ब्रश घातला; पण तो लगेचच टेकला. चार फूट बाहेर राहिला. मोदी तिथून वरून आश्वासन देत होते.

अखेरीस एका खड्ड्यात ब्रश पूर्ण बुडला. शिवाय टेकला नाही. पाणी भरून वाहात होतं. आम्ही दोघी खाली बसलो. लिझनं ब्रश आणखी खाली ढकलला. तरीही तो टेकेना. लिझच्या हातून मी ब्रश घेतला. खड्ड्यावर पूर्ण ओणावून तो आत ढकलला. पण पाऊस इतका तुफान कोसळत होता, की पाणी वाढतही होतं. मी पालथी पडले. हात आणखी खोल घातला; पण तरीही ब्रश टेकेना. आपण काल जिवंत कशा राहिलो या खड्ड्यात? असा प्रश्न पडला. लिझनं माझा हात ओढला. ''यू विल ड्राऊन अगेन. कम लेटस गो सीक सम हेल्प.'' गाड्या फर्फर जात होत्याच. आम्ही आमच्या ओल्या कपड्यांनी आणि चिखलाच्या अंगानी परत एकदा लिझच्या गाडीत बसलो. आम्ही नगरपालिकेच्या बूथवर गेलो. त्यांना विचारलं, ''माझी पर्स काल इथल्या एका खड्ड्यात पडली. ती काढायला मदत करू शकाल का?'' तिथे बसलेला कॉन्ट्रॅक्टवरचा इसम गोड हसला. म्हणाला, ''आम्ही फक्त रेल्वे आणि विमान रिझर्वेशनला मदत करतो. वीजबिलं, टेलिफोन बिलं भरायची असतील तरी मदत करतो.'' ''पण ती बिलं भरायची पर्सच खड्ड्यात पडलीय ना.'' मी माफक विनोद करायचा प्रयत्न केला. ''आम्ही त्यासाठी नाही करू शकत मदत. तुम्ही एखाद्या डिझॅस्टर मॅनेजमेंटवाल्याला फोन का नाही करत?'' ''पण हे काय फार मोठं डिझॅस्टर नाहीये. ही साधी माणुसकीखातर मागितलेली मदत आहे हो,'' मी त्याला म्हणाले. तो गालाला गोड खळी पाडत नुसताच हसला. ''तुमच्याकडे एखादा लांब बांबू आहे का?'' त्यानं त्याचा संगणक नीट करत असलेल्या जुन्या साधनांच्या उपलब्धीबद्दल असमर्थता दाखवली. पण त्या संगणकानं ते खड्ड्यात पडलेलं माणूस कसं काढणार होता? आम्ही त्या चकचकीत खोक्याबाहेर आलो.

पाऊस हा लागला होता. लिझनं परत एकदा गाडी हाणली. आम्ही पोलिसस्टेशनला थांबलो. तिथे पोलिसाच्या टेबलापाशी गेलो. तो आमचा भिजलेला अवतार बघून जरा बिचकलाच. त्यानं तातडीनं स्त्री-पोलिसाला बोलावणं पाठवलं. टकाटक आवाज आला. स्मार्ट गणवेषातील पोलीस आमच्याकडे आली. तिनं खुर्च्यांवर बसायला सांगितलं. प्रश्नार्थक चेहरा केला. मग आम्हीही बिचकलो. आता हिला काय सांगावं? प्रेत की पर्स? तिनं तिच्या टेबलावरची घंटा वाजवून चहा मागवला. मी विचारलं, ''तुम्ही काय काय मदत करू शकता? कायद्यानं?'' तिनं खांदे उडवले. म्हणजे कोणतीही? ''एक सातफुटी बांबू मिळेल?'' ओठ घट्ट आवळत तिनं आमच्याकडे बघितलं. ''तिथे एका खड्ड्यात माझी पर्स पडलीये. पासपोर्ट वगैरे आहे. पैसेपण. बराच मोठा खड्डा आहे.'' तिनं एक सुटकेचा नि:श्वास टाकला. किंचित हसत ती म्हणाली, ''पोलीसस्टेशनवर बांबू सापडणं अवघड आहे. दिलाच तर पुन्हा तुम्ही पोलिसांनी बांबू लावला म्हणायला मोकळ्या! शिवाय रस्त्यावरचा खड्डा ही आमची जबाबदारी नाही. तुम्ही नगरपालिकेला फोन लावा.'' लिझ तिच्या मोठ्या काळ्या डोळ्यांनी मला काही सुचवत होती. ''काय म्हणते आहेस लिझ?'' मी माझा वैताग तिच्यावर काढत म्हटलं. लिझ उठली. मीपण उठले. लिझ गाडीत बसली. म्हणाली, ''मार्गा, इट्स नॉट गोईंग टू वर्क धिस वे.'' तिनं हात स्टिअरिंग व्हीलवर आवळून धरले होते. ''वी वोन्ट नो अन्टिल वी मेक इट पब्लिक, अ‍ॅन्ड वी कान्ट मेक इट पब्लिक अन्टिल वी नो इट.'' मी म्हटलं, मी १०० नंबरला फोन करते. मी १०० डायल केला. ''हॅलो, इथे एका खड्ड्यात प्रेत आहे. खड्डा पाण्यानं भरलाय त्यामुळे ते दिसत नाहीये; पण मी काल या खड्ड्यात पडले होते तेव्हा मला ते पायाला लागलं होतं... . कुठे? इथे... हो--हो--त्याच रस्त्यावर. तोच तो खड्डा. मोठा. माहिती नाही गाडीनं उडवलं का ते. माहिती नाही बाई की पुरुष ते. बहुतेक बाई असावी. पाय सहसा बायकांचेच घसरतात ना! प्लीज. हो. नाही.'' मी घाईघाईनं फोन बंद केला.

टँव टँव करत भराभर गाड्या आल्या. पावसालाही उमाळा आला. त्यांनी पाणी पंप करायची मोटार लावली. पाणी भसाभसा बाहेर ओकायला लागला पंप; पण पाऊस पाणी भरत होताच. शिवाय कुठून कळत नव्हतं पण खड्ड्यात पाणी भरतच होतं. मला आणि लिझला राहावेना. आम्ही दोघीही तिथे जाऊन उभ्या राहिलो. पावसाच्या ओहोळांत पंपाचं पाणी धावत होतं. आमचं हृदय धडधडत घशाशी येऊन थांबलं होतं. मी आपलं सहजच दाखवल्यासारखं करत विचारलं, ''काय चाललंय एवढ्या पावसात?'' त्यानं उत्तर द्यायची तसदी घेतली नाही. पंप

चालू होता फटाफटा. पोलीसची गाडी मोदींच्या फ्लेक्सबोर्डखालीच उभी होती. हळूहळू पाऊस कमी झाला. थांबलाही. पण खड्ड्यात पाणी भरतच होतं. पोलीस खाली उतरले. पंपवाला म्हणाला, ''या बंगल्यातलं बोअर फुटलंय का बघायला लागेल. कारण या रस्त्यावरचे सगळेच खड्डे भरलेत. ते पाणी रस्त्याच्या कडेनं येतंय. म्हणजे फक्त पावसाचं नाहीय.'' इतक्यात लिझचा फोन वाजला. तिला संध्याकाळपर्यंत मुंबईला पोहोचायलाच लागणार होतं काही झालं तरी. मी तिला म्हटलं, ''तू जा. मी थांबते.'' '' डोन्ट बी स्टुपिड. तुला घरी सोडते. काही झालंच तर कळेलच उद्या पेपरमध्ये. शिवाय तुला तरी नक्की काय माहितीय?''

लिझनं मला घरी सोडलं. बिबवेवाडीवरून आता ही मुंबईच्या रस्त्याला कधी लागणार! दुपारचे ३ वाजले होते. ''लिझ टेक केअर.'' लिझनं मान हलवली. ''आत येतेस? कपडे बदल. ओली झालीयेस.'' नशीबच माझं, लिझनं ऐकलं. मी बेल वाजवली. बाबांनी दार उघडलं. मी एकदम दचकलेच. बाबा त्यांच्या पांढऱ्या दाढीत आणि पांढऱ्या केसांत इतके मोदींसारखे दिसत होते की फ्लेक्सबोर्डवरून मोदीच खाली उतरलेत, असं वाटलं. लिझला मी माझ्या खोलीत घेऊन गेले. तिला कपडे दिले. चहा ठेवला. आई तिच्या रामायण वाचायच्या गटात गेली असणार. बाबा पलंगावर बसले होते. लिझनं कपडे बदलले. तिचे ओले कपडे प्लॅस्टिकच्या पिशवीत ठेवले. ''घेऊन जाते. गाडीत ठेवते.'' मी चहा टाकला. बाबा आस्था चॅनेल बघत होते. आमच्या गप्पांत त्यांनी आवाज मोठा केला. लिझ चहा पिऊन गेली. मी लिझचे कपडे काढले. अंघोळ केली. घरचे कपडे घातले. पाय चांगलाच ठणकायला लागला होता. मी आयोडेक्स शोधत होते. बाबांना बहुतेक राहवलं नाही. ''ही तुझी ती ख्रिस्ती मैत्रीण ना? तिच्या घटस्फोटाचं काहीतरी चाललेलं? तुमची भांडणं झालेली ना?'' मी नुसतीच मान हलवली. आयोडेक्स सापडलं. ते घेऊन मी माझ्या खोलीत जायला निघाले. बाबा अचानक म्हणाले, ''तुझ्या मैत्रिणीही तुझ्यासारख्याच! कुटुंब नको. नुसत्या एकट्या राहून मजा मारायला हवी. आपल्या संस्कृतीचा कुटुंबसंस्था हा इतका थोर भाग आहे आणि तुम्ही बाया घरं मोडायला एका पायावर तयार! काय?'' माझ्या मोडक्या पायाची वेदना मला असह्य होत होती. मी तिथेच खुर्चीत बसले. पायाला आयोडेक्स चोळायला लागले. ते त्यांच्या लक्षात येणं शक्य नव्हतं. बायांना काही दुखतंखुपतं हे त्यांच्या सहसा लक्षात यायचं नाही. ते पलंगावरून उठले. ''मातृ-पितृऋण फेडायच्या गोष्टी आपल्या संस्कृतीत आहेत. इथे पोरींची ओझी वाहतोय अजूनही आम्हीच खांद्यावर. कुठेकुठे पुरणार बाप तुम्हाला? काय? आणि मिळत नाहीत का जरा गरत्या, मुलंबाळं

असलेल्या आपल्यातल्या बाया मैत्रिणी म्हणून तुला? तुम्ही असली थेरं करायची आणि बापानं फेडायची.''

मी पलंगावर पडलेला रिमोट उचलला. चॅनेल्स बदलत कुठे काही बातमी येते का बघत होते; पण कुठेच काही बातमी नव्हती. गोविंदांची पथकं, ढोल-ताशे पथकं, असंख्य जाहिराती, पाकिस्तान सैन्याची घुसखोरी, भारतीय सैन्याचे चोख उत्तर, प्रक्षेपणास्त्राची यशस्वी चाचणी, शेअरमार्केट कोसळले, मोदींच्या भाषणाची क्लिप,जाहिराती वगैरे.

# नरेंद्र कॉलिंग नरेंद्र

"काय काम केलंय रे फरहान अख्तरनं त्यात! कस्ला बधिर दिसतो एकदम!" संजा पाण्याचा ग्लास खाली ठेवत म्हणाला. तो फरहान अख्तरचा डायहार्ड फॅन आहे. त्यामुळे 'भाग मिल्खा भाग' आला तरी तो त्याचे यच्चयावत चित्रपट प्रेमाने उगाळत बसतो. कार्तिक कॉलिंग, कार्तिक हा याचा ऑल टाईम फेवरिट.

मला वाटतं आजच्या पिढीचाच तो प्रॉब्लेम आहे. आम्ही मनानं दुभंगलेलेच आहोत. म्हणजे एक मनो-सांस्कृतिक दरार आम्ही सांभाळतो आहोत. आम्ही आमच्याही कळण्याआधीच ग्लोबल झालेलो आहोत आणि आमचे बाप आम्हाला जोडीनं लोकल व्हायचा आग्रहही धरतात. उदाहरणार्थ - पाकिस्तानच्या क्रिकेट टीमला, पाकिस्तानी गायकांना हिंदुस्थानच्या भूमीवर पाय ठेवू देणार नाही, असं आमच्या लहानपणी ऐकल्याचं स्मरतं. मधूनच हे लोकलपण इतकं आक्रसतं, की मग आम्हाला यूपीचे भय्ये, बिहारीबाबू परके वाटायला पाहिजेत, असं सांगायला लागतात. बाप सांगतो त्याच्या बापाच्या काळात लुंगीवाले परके वाटवण्याची मोहीम होती म्हणूनच मराठी मन वाचलं. ते आता कोणाला परकं ठरवायचं असा सतत शोध घेत राहतं ते त्यामुळेच. पण आम्ही ग्लोबल व्हावं यासाठी आम्हाला आयटीखेरीज कुठं जाऊ दिलेलं नसतं बापांनी. मी मराठी! म्हणत आम्ही इंग्रजी माध्यमात शिकलो, किमान सेमी इंग्लिशतरी! साधारणपणे बाबरी पाडायच्या अलीकडचा आमचा जन्म. त्यामुळे वैश्विक खेडे होण्याची ही प्रक्रिया आमच्या

पिढीनं आमच्या वाढण्याबरोबरच वाढवली. या सगळ्या दुभंगांसकट. ग्लोबलायझेशनचे सरकारी जाहीर होणे आणि बाबरीचा पाडाव. संगणकातून जगभर पोहोचणे आणि जगभर पोहोचण्यासाठी प्रादेशिक अस्मितांचा डेटा मोबाईलसारखाच खिशात सतत वाजत ठेवणे. जगातली यच्चयावत प्रॉडक्ट्स भारतात येणे आणि भारतातला माल, परदेशातील देशीपणाचा आधार म्हणून बाहेर जाणे. या मालात गौरींचे मुखवटेही आले. आमच्या पुण्यातल्या मित्रांचे अर्धवट म्हातारे आई-बाप त्यांच्या अमेरिकास्थित मुलांवर भारतीय देवतांची कृपा राहावी आणि घराण्याची परंपरा शाबूत राहावी म्हणून हे मुखवटे तिकडे नेतात आणि तिथे या गौरी बसवतात. माहेरवाशिणींना अमेरिकेत पाठवणं हे सध्या गरजेचं आहेच म्हणा! म्हणजे भारतातील स्त्री-भ्रूण हत्यांचा आणि बलात्कारांचा प्रश्न घेतला तर म्हणतोय मी. अर्थात तिकडे गौरी बसवताना तिथल्या गौरवशाली देशीपणाला नक्की काय वाटतं? कल्पना नाही. उदा. आम्ही कोल्हापूरचे. आमच्याकडं गौरीची रोपं- तेरड्याची म्हणतात पुण्याकडं-घटात ठेवतात गौराया म्हणून. ते आता तिकडल्या कोल्हापूरच्या लोकांना जमणार नाही म्हणताना पुण्याचे मुखवटे कोल्हापूरकरांनी उचलले काय? आणि मग कोकणस्थ तिकडे कोणत्या नदीवरचे खडे आणतात गौराया म्हणून? या अस्मितांचं तिकडं अमेरिकेत काय होत असेल? आणि हे सगळं नकोच असेल, पटत नसेल तिथल्या नातवंडांना तर? किंवा तिथंच शिकायला गेलेल्या सुनांना, तर मग काय करत असतील? नरेंद्र दाभोळकरांना अमेरिकेतल्या भारतीय मुला-मुलींनी साद घातली होती की नाही. माहिती नाही, तिथून त्यांनी कधी भावनिक शोषणाचा मुद्दा उठवला असल्याचं ऐकिवात नाही; पण ज्या ग्लोबल टेक्नॉलॉजीच्या आधारे आम्ही आमच्या भूतकाळातून सुटू पाहतो तो असा परतून येतो. आम्ही जिथे असू तिथे ही सांस्कृतिक चिन्हं पाठलाग करत पोहोचतात. हे सगळं च्यायला समजण्यापलीकडचं आहे. आम्ही सांभाळलीच पाहिजे आपली समृद्ध अडगळ! इतकी की ती घेऊनच इंडियन डायस्पोरा घडवत राहतो; अगदी भारतांतर्गतसुद्धा. म्हणजे खापपंचायतींमधून इन्फोसिसमध्ये आमची ये-जा घडत राहते. आमच्या आई-बापांच्या खरंतर हे समजण्यापलीकडचंच आहे तसं. लिबरल होऊ घातलेले हे आई-बाप आधीच्या पिढीच्या लिबरलपणापेक्षा वेगळा लिबरलपणा सांभाळतात. परदेशातल्या आपल्या पोरांसाठी देशी पोरी त्यांच्या आई-बापांच्या संमतीनं लग्नाला नेण्याचा जमाना... दिलवाले दुल्हनियानं सुरू केलेला म्हणतोय मी; त्या जमान्यातला लिबरलपणा.

हळूहळू ते स्पष्टही व्हायला लागलंय आपल्याला. म्हणजे एकदा आमच्या ट्रेकिंगच्या ग्रुपला तळ्याकाठी देऊळ सापडलेलं. आम्ही गेलेलो ते वरती काढायला.

चिरे, खांब, नक्षी साफ करत काढलं देऊळ वरती तेव्हा एकदम धन्य वाटलेलं. आपल्या संस्कृतीचे हे प्राचीन अवशेष अभिमानानं पुनर्स्थापित करताना. हल्ली तिथं कोणाची तरी जत्रा भरते. ते तळं बिसलेरीच्या बाटल्यांनी आणि लेजच्या पिशव्यांनी भरून गेलंय. लोकल तळ्यात ग्लोबल कचरा!

अभय हसला. संजानं त्याला टाळी दिली. पण खरंतर संजा जामीची वाट बघत होता.

नरेंद्रनं अस्वस्थपणे घड्याळात बघितलं. अजून फोन आला नव्हता. केशवनं आणखी एक चहा मागवला. अभयनं संजाचे दंड चाचपले. संजानं त्याचे कमावलेले बायसेप्स दाखवले. आम्ही पाचजण-पाचवा अन्या. तो सहसा बोलायचा नाही. आम्ही पांचालीत कायम बसलेलो. रात्रीचा अड्डा टाकून. पांचालीची थाळी पालथी घातली जाईपर्यंत.

नरेंद्रनं परत एकदा घड्याळाकडे बघितलं. अभय म्हणाला,

''कशासाठी सत्रांदा घड्याळ बघतोस नरेंद्रा? शिकागोतील श्रोतृवर्ग तुझं ''माझ्या बंधु-भगिनींनो ऐकायला ताटकळत थांबलाय असं वाटतंय का तुला?'' आणि हसला. नरेंद्र काहीच बोलला नाही. तो तसाही कमी बोलायचा. तो भयंकरच गंभीर म्हणजे, त्याच्या खोलीतल्या भिंतीवरल्या तसबीरितील, भगव्या कपड्यात, भव्य कपाळावर फेटा बांधून आणि कमळासारख्या डोळ्यांनी चिंतन करीत असलेल्या विवेकानंदांच्या धीरगंभीर प्रतिमेसारखा, हाताची घडी छातीवर घालून निश्चय करणारा असा नरेंद्र... ही माझ्या बापाची खास विषयांसाठी वापराची भाषा. कारण त्यानं बराच काळ संस्कृतचा अभ्यास केलेला. अभय तसा प्रॅक्टिकल. त्याचं म्हणणं यू मस्ट मेक अस्मिता अ कमॉडिटी. कष्ट असतात च्यायला अस्मिता सांभाळायच्या तर! मग किमतीचा टॅग येतोच की तिथं! नरेंद्र त्याविषयीही काही बोलायचा नाही.

केशव म्हणाला, ''बाबांनी काही काम सांगितलंय का?'' नरेंद्रनं नुसतीच मान हलवली. हो-नाही कळलं नाही. त्यानं परत एकदा फोनकडे बघितलं. अभयनं खुर्ची मागे सरकवली आणि तो उठला. कॉलनीचा गणपती बसायचा होता तेव्हा जरा ढोल-ताशांची पथकं आणायची होती. अभयला उठायलाच लागणार होतं. त्याची पथकं पुरवण्याची एजन्सी म्हणताना खूपच काम पडलेलं. हायटेक असायला लागतं हल्ली आणि सोपंही झालंय हायटेक असणं. एक कॉम्प्युटर पुरतो. एकदम प्रोफेशनली त्यानं ढोल-ताशे पथकांचा डेटा गोळा केलेला. मांडलेला. त्यांच्या प्रॅक्टिस सेशन्सचे व्हिडिओज टाकलेले. शिवाय ढोलाच्या काही ठेक्यांचे ऑडिओज वेबसाईटवर टाकलेले. फेसबुकवर त्यातल्या काही क्लिप्सना देशोदेशीची लाइक्स

आलेली. दिसतातच पथकं भारी एकदम. ड्रेसेस आणि फेटे घालून उभे राहिले सगळे की एकदम सुपर्ब! अभयला युनिफॉर्म्सचं भयंकर आकर्षण. शाळा सुटल्यापासून.

नरेंद्रचे बाबा सांगतात, पूर्वी ते धनगरी पथकं मागवायचे गावाकडून खास गणपतीसाठी म्हणून. अभयच्या बाबांनाही आठवतो लहानपणी शेजाऱ्यापाजाऱ्यांसह रात्री सतरंजी घेऊन लक्ष्मी रोडला केलेला मुक्काम गणपतीची मिरवणूक बघण्यासाठी. तेव्हा लाइटिंगचे गणपती नुकतेच सुरू झालेले. त्यामुळे ते बघायला सगळ्यात जास्त गर्दी. त्या वेळेस खांद्यावर कांबळी टाकून भरगच्च मिशांचे धनगर ढोल वाजवताना त्यांनीही बघितलेले. ते तेव्हाच दिसायचे फक्त. नाहीतर मग ग्रामीण मराठी चित्रपटात. नंतर ते कुठे जायचे, राहायचे काही कल्पना नव्हती. अर्थात त्यांच्या भोवतीच्याही गर्दीला तसा चेहरा होता. शेजारपाजारचे लोक दगडूशेठला विसर्जित करायला ताटकळत बसायचे. दर्शन झालं एकदा की सुटले. मग एकमेकांच्या सोबतीनं घरी जायचे. लाइटिंग आलं तेव्हाही 'दगडूशेठ'चं लाइटिंग असंच असायचं. झोपलेल्या कच्च्याबच्च्यांना उठवत खांद्यावर बसवून दगडूशेठचा गणपती दाखवला आणि मंडईचा दाखवला की गणेशोत्सव पूर्ण. आजकाल टी.व्ही. नं ती मजा घालवली गड्या, असं ते म्हणायचे. झेंडा नाचवत लहानपणी अभयपण सामील व्हायला लागला गणेशोत्सवात तेव्हा त्यांना भलताच आनंद झालेला. ऐतिहासिक संस्कृतीचा एक रम्य तुकडा जपल्याचा आनंद. अन्या रमायचा नाही फारसा गर्दीत. शिवाय ही आवाजी शक्ती त्याच्या सहनशक्तीपलीकडची.

नरेंद्रचे आजोबा सामाजिक कामातले. त्यांच्या पहिल्या बायकोच्या मृत्यूनंतर त्यांनी पूर्णपणे सामाजिक कामांना वाहून घेतलेलं. घर कायम येणाऱ्या-जाणाऱ्या माणसांनी भरलेलं असायचं. नरेंद्रची आजी त्याच्या आजोबांची दुसरेपणाची बायको. हसतमुख. सतत स्वयंपाक तत्पर. कितीही स्वयंपाक पडो, भांडी पडोत त्या घरी येणाऱ्या जाणाऱ्यांना जेवू-खाऊ घालायच्या. नरेंद्रच्या आजोबांवर त्यांची निरपवाद श्रद्धा. आणीबाणीत तुरुंगात होते आजोबा तेव्हा त्यांनी ज्या धीरानं सगळं निभावलं होतं ते आजही आठवतं नरेंद्रच्या बाबांना. ते सांगतात, त्या वेळेस आम्ही तसे लहानच होतो. शाळेत जाणारे. पाचवीतले. नरेंद्रच्या घरी गेल्यावर हातावर काही न काही खाऊ ठेवणारी त्याची आजी आठवते. नंतरचे शिसवी आरामखुर्चीतले आजोबा. घराच्या गॅलरीत बसून बोलणारे. ते का तुरुंगात गेले असावेत? तसे ते काही बॉंब वगैरे बनवताना दिसले नव्हते. शाळेच्या इतिहासात वाचायचो आम्ही तेव्हा तुरुंगात जायला असलं काहीतरी करायला लागायचं. पण ते गेले होते खरे.

आजी नरेंद्रच्या बाबांना आणि त्यांच्या बहिणींना घेऊन तुरुंगात जायची भेटायला. याच्या बऱ्याच कथा आम्हालाही ऐकवायचे नरेंद्रचे बाबा. ते त्या वेळेस ११वीत होते. शेवटची ११वी एसएससी. त्यानंतर त्यांनीही आजोबांच्या कामात उतरायचं ठरवलं. ते हसून सांगायचे त्या काळातलं. आजही आठवतात त्यांच्या त्याच जुन्या घरात त्याच आरामखुर्चीत बसलेले त्याचे बाबा. 'माझी जन्मठेप' वाचायला लावली होती त्यांनी आम्हाला. तरुण पिढीसमोर काही आदर्श हवेत म्हणायचे. आजी रामरक्षा पाठ करून घ्यायची. मी सगळ्यात पहिल्यांदा पाठ केलेली म्हणून त्यांनी रामरक्षेचं छोटंसं पुस्तक बक्षीस दिलेलं. आत्ताही कोणताही शब्द रामरक्षेचा डोक्यात आला की तिथपासून सुरूच होते डोक्यात रामरक्षा, ती पार शेवट गाठेपर्यंत थांबतच नाही. माता रामो मत्पिता रामचंद्रः। स्वामीरामो मत्सखा रामचंद्रः । ते श्रीसीतारामचंद्रार्पणमस्तुपर्यंत नॉनस्टॉप; त्यांच्या घरात एक रामपंचायतनाचा फोटो होता; पण टी.व्ही. वर रामायण सुरू झालं आणि तो फोटो पुसला गेला डोक्यातून. रामरक्षाही थांबली.

नरेंद्रच्या आई शाळेत शिक्षिका. त्या पांढरे बुधवार करायच्या आणि साधना किंवा नंदासारख्या डोळे वाढवायच्या किंचित. काजळानं. एवढंच आठवतंय. त्या पौराणिक घरात त्या आनंदानं हिंदी सिनेमातली गाणी गुणगुणायच्या. तेही आठवतंय. म्हणजे 'अभी ना जाओ छोडकर' हे मी तिथेच ऐकलेलं पहिल्यांदा. आमच्या घरात रेडिओ नव्हता. आजींच्या कंबरेला बाम लावताना त्या हे गाणं म्हणायच्या आणि नरेंद्रचे बाबा येरवडा तुरुंगातल्या गोष्टी सांगायचे. तब्बल ९ महिन्यांच्या. बाबांच्या आणीबाणीतल्या गोष्टी म्हणजे एकदम विक्रम-वेताळाच्या गोष्टी. तो आणीबाणीचा समंध त्यांनी कधीच खाली ठेवला नाही. राष्ट्रभक्तीचा सज्जड पुरावा होता तो. म्हणायचे, आम्हाला बॉबकटवाल्या बायकांची दहशत बसलेली तेव्हापासून. कुंकू न लावणाऱ्या, केस कापणाऱ्या बाया या इंदिरा गांधींसारख्या दुष्ट असतात; त्या आपल्या वडिलांना तुरुंगात टाकू शकतात. असं किती दिवस वाटत राह्यलेलं पुढे. स्त्री-मुक्तीवाल्या बायांचा म्हणूनही तिरस्कार वाटायचा. केस कापलेल्या, कुंकू न लावणाऱ्या म्हणजे पुरुषांना उडवून लावणाऱ्या बाया, अशी समीकरणं तेव्हापासूनची. आपल्या संस्कृतीत हा किडा नकोच. त्या भीतीत एक गोंधळाचा जर्म होता तो म्हणजे आधी आवडलेली-बांगलादेशच्या युद्धाच्या वेळी-रणरागिणी इंदिरा नंतर आपल्यावरच कशी उलटली? याचा. एकूणच स्त्री-जात विश्वासाच्या पात्रतेची नाही असं त्या सर्व एकसंध मनाच्या पुरुषांना वाटलं असणार. इतक्या साऱ्या कर्तृत्ववान पुरुषांच्या घराण्यात आपण खुजेच, असं नरेंद्रला वाटायचं. त्यानं मन

लावून अभ्यास केला आणि त्याच्या बहिणीलाच मेडिकलला अॅडमिशन मिळाली. बायका अशाच. मग त्यानं बीएस्सी करायला घेतलं होतं; पण पौरुष घुसमटत राहिलं ते राहिलंच, विशेषतः मंडल आयोगविरोधी निदर्शनं टी.व्ही. वर पाहताना.

पुढे बाबांनी बाबरीच्या विटांचा तुकडा आणला आणि सत्यनारायण घातला तेव्हापासूनच नरेंद्र अधिकच अबोल झाला. नरेंद्रच्या आईनं कधी नव्हे ते शाळेतल्या गोष्टी त्या दिवशी घरी सांगितल्या. आम्ही गेलेलो बाबांना भेटायला तेव्हा त्या आल्या होत्या शाळेतून रागावून घरी. ''मुली कुंकू लावत नाहीत, बांगड्या घालत नाहीत इतक्यांदा सांगूनसुद्धा, मग आज मी जिरवलीच त्यांची. बांगड्या नाहीत? मग हातात सुतळ्या बांधल्या आणि माझ्या पेपर तपासायच्या लाल पेननं कुंकवं काढली एकेकीच्या कपाळावर.'' आता ते आठवलं की वाटतं तिथेही मोठाच मनोभंग होता. याच आईंना 'दुख और सुखके रास्ते बने हैं सबके वास्ते, जो हमसेभी छुपाओगे तो फिर किसे बताओगे..' हे आळवून आळवून म्हणताना मी कितीदा ऐकलेलं होतं दाराच्या आडून. नरेंद्रला भयंकर लाज वाटायची आपली आई असली गाणी म्हणत राहते त्याची. मी ते गाणं ऐकतोय असं दिसलं, की आईपाशी जायचा आणि तिरमिरून पदर खेचायचा. टेपरेकॉर्डरचं बटण दाबल्यासारख्या त्या एकदम थांबायच्या. त्यादिवशी त्यांचा चेहरा वेगळाच तापलेला आणि बाबांचा गर्वानं फुललेला चेहरा त्याला आजही आठवत राहतो. हा मनोभंग तेव्हा घडला की तो आधीच होता तिथे? नरेंद्रला आईकडून त्या दिवशी आणखीनच एक नवा आदर्श मिळाला. पण पुढे काय? उद्या आपलं घरही कोणी तोडलं तर? आपली सगळी सांस्कृतिक प्रतीकं उद्ध्वस्त केली तर? आई आपल्याही हातांत सुतळ्या बांधेल? त्याच्या स्वप्नात तेव्हापासून पडणाऱ्या, कोसळणाऱ्या इमारती येत राहतात. तो त्यांच्याखाली दडपला जातो. अभयनं कॉम्प्युटरवर देवळं बांधायचा गेम तयार केलाय. भराभर, जास्तीतजास्त देवळं कमीत कमी वेळात बांधू शकणारी बोटं तयार करतोय तो.

आणीबाणीतला तुरुंग आणि बाबरी मशिदीचा विनाश. वीरश्री आणि गर्व. संजा ते सगळे विषय टाळायचा. त्याचे बाबा नरेंद्रच्या बाबांचे मित्र होते. पण आणीबाणीनंतर त्यांच्या मैत्रीत खंड पडला. अन्या संजाच्या घरी गेलेला तेव्हा एकदा कधीतरी संजाचे बाबा म्हणालेले, ''तुरुंगात गेलो नाही म्हणून गिल्टी वाटलेलं तेव्हा. नरेंद्रचा बाबा एकदमच पक्का होता विचाराला. मी तसा कन्फ्यूज्ड. शिवाय बापाच्या सरकारी नोकरीवर आमचं घर चाललेलं म्हणताना देशप्रेम त्याच्याशीच जोडलेलं. कोकणातून वर्षाचं धान्य वगैरे भरलं जायची सोय नव्हती. सरकारी

घरांतून राहायचो तेव्हा आम्ही. त्यातून आमची आई एकदमच साने गुरुजींची आदर्श आई. तिनं तिच्या सत्यप्रियतेखातर आमचे पोलीसखात्यातले, जंगलखात्यातले, इरिगेशनमधले काका, मामा तोडलेले. त्यांच्या भ्रष्टाचारातल्या पैशाची मदत नको म्हणून. आणीबाणीविषयी तिचं काय मत होतं माहिती नाही; ती आम्हा मुलांना घडवण्यात सुखी होती. घरात हसरे तारे असता मी पाहू कशाला नभाकडे? हे तिचं सर्वांत लाडकं गाणं. तिच्या प्रेमाने ओथंबलेल्या हृदयाचा स्पंज माझ्या मनाच्या पाटीवर बाकी कोणत्या गोष्टी टिकू देत नव्हता. त्यामुळे मी तुरुंगात गेलो तर आमच्या आईवर शामच्या आईसारखी घराबाहेर निघायची वेळ येईल, हे चित्र कायम समोर.'' अन्याला वाटायचं आजींशी बोलावं; पण आजींना विचारण्याची सोय नव्हती, कारण त्यांना अल्झायमर्स झालेला. एकूणच प्रेम करायला मुलं जवळ राहिली नाही की बाकी काहीच मेंदूत टिकवण्याजोगं नसतं आपल्या आयांच्या, असं त्यांचंही झालं असणार. संजाच्या आईला या कशाशीच देणंघेणं नव्हतं. पण आणीबाणीत फारच काहीतरी झालेलं एवढं त्यांना आठवतं. त्या त्यांची करीअर करण्यात अडकलेल्या. डॉक्टर व्हायचं होतं त्यांना. थोडक्यात प्रवेश हुकला. मग त्या बी.एस्सी. फिजिक्स होऊन बँकेत लागल्या. त्या तशा रसिक. त्यामुळे बाबा आणि संजाबरोबर अनेकदा मैफिलींना जायच्या. नाटक-सिनेमांनाही. बाबांचा बिझनेस आणि आईची नोकरी यात संजा मोकळेपणानं सुटला. पण आणीबाणीचा एक खोलवरचा ओरखडा त्याच्या बाबांच्या मनावर होता. त्यांची स्वतःची अशी अभिमानास्पद, सहिष्णू देशाची प्रतिमा त्यांच्याही मनात होतीच. ''एवढ्या झाशीची राणी आणि इंदिरा गांधी आपल्या देशात होतात म्हणजे आपल्या देशात बायकांना किती चांगली वागणूक देतो!'' हे त्यांचं मनापासूनचं बोलणं. पण मग त्याच देशात इंदिरा गांधीला गोळ्या का घातल्या गेल्या? हा गोंधळाचा जर्म इथे होता. पुढे राजीव गांधीला उडवल्यानंतर तर मग वाचा बंद झाली. म्हणजे आपण नक्की कसे आहोत म्हणायचं? की आपण असं काही नसतं? सगळे आपापले वेगळे वेगळे असतात? आमचा देश आणि तिचं सरकार, असं काहीतरी नव्यानं निर्माण करणारी आणीबाणी हा एक लंबदुभाजकच होता. तो आणीबाणीतला गिल्ट मात्र अगदी युवक वयातला, त्यामुळे संजाच्या बाबाचं मन तो ओरखडत राहायचा. राष्ट्र हाक मारत असताना आपण केवळ आपल्या पोटापाण्याची चिंता केली काय? आतातर सगळंच अवघड. त्यामुळे पोटापाण्याच्या चिंतेला भक्कम वैधता.

तरीही आणीबाणी हे मोठंच घटित होतं म्हणायचं. घरांना फरफटत नेऊन, राजकीय विचारांत त्यांच्या इच्छेपलीकडे जाऊन ओढणारं. ते कदाचित अबोध

मनातून बाहेर पडलं नव्हतं. मग अमिताभचे सिनेमे कामी आले. भावनिक निचऱ्याला. वेगळ्या आणीबाणीचं समर्थन होतं त्यात छुपं. तसं तर मनातल्या मनात अनेकांनी ते केलंही असणार. कारण आपण अहिंसेविषयी एक घृणा मनात बाळगून असतोच आणि ती कितीदा तरी बायका–मुलांवर निघत असते. तिला सामाजिक अवकाशात वैधता मिळाली. असो. अमिताभनं जो एक ग्लॅमरचा आभास आणला, निपचित भारतीय मनाला ते थोरच. एवढ्या मोठ्या लोकसंख्येशी एकाच वेळेस पौरुषानं रत होणारा त्याचा संतप्त तरुण नायक! त्याने मग आणीबाणीतला दुभंग चिणून टाकला. तो संतप्त पुरुष सामाजिक मनात प्रतिष्ठापित झाला. बायांचं कर्तृत्व डिसप्लेस झालं एकदम.

बाबांसारखाच संजापण सिनेमांचा शौकीन. गाणं–वाजवणं शिकत शिक्षण चाललेलं. आर्किटेक्चरला जाऊन चरितार्थ कमवायचा आणि मग नुसता सिनेमा–संगीत. जामीपण जोडीला असणार आहे. जामीकडे जबरदस्त कल्पनाशक्ती. उर्दू, इंग्लिश, फ्रेंच, जॅझ, पेंटिंग या सगळ्याचं भन्नाट मिश्रण त्याच्या पर्सनॅलिटित होतं. संजा भयंकर प्रेमात होता त्याच्या.

संजाचाच फोन वाजला. नरेंद्र दचकला. जामी होता फोनवर. तो पोहोचतोय म्हणाला आणि संजा उठला.

केशवपण उठला. ‘‘आता याच्यापुढं कुठं जाणार तू?’’ म्हणत.

संजा म्हणाला, ‘‘कँपात चाललोय जामीबरोबर कॉन्सर्टला.’’

नरेंद्र अजूनही कशाचीतरी वाट बघत होता. जामीचं नाव ऐकल्यावर तो संजाकडे वळला. ‘‘त्याचे वडील काय करतात?’’

संजानं खांदे उडवले.

नरेंद्र म्हणाला, ‘‘हा इतके उद्योग कसा काय करतो?’’

संजा म्हणाला, ‘‘कसे काय म्हणजे? तू पण करून बघ. जमतात ठरवलं की.’’

‘‘त्याच्या वडिलांच्या कामांची माहिती काढ.’’

संजा वळला. नरेंद्रच्या समोर उभा राहत म्हणाला, ‘‘आपण आपल्या वडिलांच्या कामांची माहिती एकमेकांना देतो? मैत्री करताना काय काय बघतोस?’’

नरेंद्रचं बोलणं झालं होतं त्यामुळे त्याला पुढे काहीच म्हणायचं नव्हतं. एवढ्यात त्याचाही फोन वाजला. तो बाजूला गेला. संजा काहीसा भडकला होता पण तेवढ्यात जामी आला आणि तो नरेंद्रवरचा राग आमच्यावर काढत काहीच न बोलता गेला. हे असं पूर्वी घडलं नव्हतं. नरेंद्रला काय झालं होतं? पण जामीच्या

पाठीमागे बसून संजा गेला तसा नरेंद्रही उठला आणि त्यानं त्याच्या मोटरसायकलला किक मारली.

मानसी आणि ललिता आज जरा उशिरा बाहेर पडल्या. खरंतर उद्या हरतालिका म्हणजे पहाटे लवकर बाहेर पडून पत्री गोळा करायची ठरवलेली. चालायला जाताना रस्त्यावरच्या घरांमधून बाहेर डोकावणारी झाडं सध्या गच्च फुलत होती. श्रावण-भाद्रपदात फुला-पानांचं बहरणं बहारदार. प्राजक्ताचे सडे जागोजागी. जाई-जुईचा दरवळ. सोनचाफ्याची धुंद. उन्हाळ्यातले रंग संपले की मग हे सुरू होतं. पहाटे लवकर गेलं की बरीच फुलं हाताशी यायची. जरा उशीर झाला की हाताशी येणाऱ्या फांद्या इतरांनी डल्ला मारून ओक्याबोक्या झालेल्या असायच्या. अलीकडे कोपऱ्यावर बांधकाम सुरू झालेलं. चार बेडरूमचे फ्लॅट्स फक्त. अर्ध्या उभ्या बांधकामाच्या तळाशी लुगड्याची झोळी बांधून त्यात एक लेकरू टाकलेली बाई असायची. बांधकामाच्या शेजारच्या बंगल्यातला पारिजातक फुलं शिंपायचा. ती वेचायला ती यायची. प्रत्येक फूल गोळा करायची. मानसीला जरा रागच यायचा. एकही फूल ठेवत नाही म्हणून. एवढी कशाला लागतात फुलं हिला? बांधकामात कुठं देव ठेवते? कोणता? खरं तर तिचं लेकरू सांभाळायचं तीन दगडांच्या चुलीवर तर तिच्या देवाला बरीच फुलं लागणार हे मानसीला कळायला नको? अमितशी स्काईपवर बोलणं होईल सकाळी तेव्हा इथल्या फुलांच्या राशी त्याच्या तिथल्या मुलांना दाखवायच्या यानं ती इतकी भारलेली असायची, की मोठ्या पिशवीत मिळतील ती सगळी फुलं घेऊन जायची फांद्या वाकवून वाकवून. किती वेळा फांद्या तुटायच्या. पारिजातक अमितचा लाडका. तिनं तिच्या फ्लॅटमध्ये कुंडीत लावायचा प्रयत्न केला होता; पण घराचा दरवाजा पूर्वमुखी करताना टेरेस दक्षिणेकडे गेली आणि ऊनही हरवलं. फुलझाडं लागेनात. त्यामुळे तिचा पारिजातकावर डोळा. सत्यभामेसारखा. त्या बाईच्या आधी फुलं गोळा करायची धडपड असायची तिची.

त्या त्यांच्या हातापायांचे आणि श्वसनाचे व्यायाम करायला आंबेडकर भवनाच्या पायऱ्यांवर बसायच्या नेहमी. तिथला वॉचमन खुर्चीत पेंगुळलेला असायचा पहाटे साडेपाच वाजता. आज उशीर झाला. चांगलंच फटफटलेलं. त्या दोघी त्यांच्या पायऱ्यांकडे गेल्या तेव्हा वॉचमन तिथे खुर्चीत टक्क जागा बसलेला. पायऱ्यांशी त्याची सायकल बांधलेली.

मानसी म्हणाली, ''तुमची सायकल जरा तिकडे घ्या हो. आम्हाला व्यायाम करायचाय.''

''बाई ही जागा व्यायामाची नाही. तुम्ही दुसरीकडे जागा शोधा.''

“पण आम्ही नेहमी इथेच व्यायाम करतो. तुम्ही झोपलेले असता तेव्हा.”

“ओ बाई, मी वॉचमन आहे इथला. झोपलेला कोणाला सांगता?”

“आम्ही रोजच बघतो की. काढा ती सायकल.”

त्यानं बायांकडे बघितलं. वरच्या घरातल्या दिसत होत्या. त्यातून बाया. तोंडाला लागायला नको. शहाणपणानं तो गप्प बसून राहिला खुर्चीत.

ललितानं सायकल उचलायचा प्रयत्न केला; पण ती कठड्याला साखळीनं बांधलेली होती. तिनं परत एकदा त्याच्याकडे बघितलं. तो नुसता बसून राहिला.

दोघींना कळेना काय करावं. त्या तिथेच पायऱ्यांवर उभ्या राहून हातांचे व्यायाम करायला लागल्या. वॉचमनला त्या खालीवर होणाऱ्या अंगाकडे बघताना संकोच वाटला. तो उठून भवनात गेला. काचेचं दार लावून घेऊन आत बसला. वॉच तर केलं पाहिजे. बायांना वॉच करतो असं होऊन तर चालणार नाही. त्याच्या छातीत धडधड व्हायला लागली. आत्ता ही बाई म्हणाली तशी तक्रार कोणी केली, हा झोपतो म्हणून तर नोकरी जायची. त्याची धडधड अजून वाढली. मग त्यानं बादलीत पाणी घेतलं. आंबेडकरांच्या पुतळ्याच्या चौथऱ्याशी गेला. चौथरा घासून घासून धुवायला लागला. वॉच करतो आणि करत नाही याच्यामधली अवस्था त्याला गाठता आली. ललिता आणि मानसीला आज पायाचे आणि पाठीचे व्यायाम करता येणार नव्हते. कारण ज्या कठड्याला सायकल बांधलेली त्याला धरून त्या स्ट्रेचिंगचे व्यायाम करायच्या. पण उगाच शब्दानं शब्द वाढायला नको. शिवाय आसपास नेहमी फिरायला येणारे नव्हते उशीर झालेला म्हणताना. शिवाय अलीकडे परपुरुषांची भीती वाढलेली, बलात्काराची इतकी सारी प्रकरणं ऐकताना. तरीही आपला शिरस्ता का मोडा? त्यांनी आपली पायऱ्यांवरच्या व्यायामाची परंपरा जितकी राखता येईल तेवढी राखली. प्राणायामासाठी खाली बसल्या. प्राणायामाने फुप्फुसं स्वच्छ झाली की डोकंही शांत होतं हा त्यांचा नेहमीचा अनुभव. पण तिकडे आंबेडकरांच्या पुतळ्याखालचा चौथरा धुणारा वॉचमन त्यांच्या मिटलेल्या डोळ्यांच्या कोपऱ्यांत खालीवर हलत होता. एरवी तो तिथे खुर्चीवर झोपलेला असायचा तेव्हा इतका जाणवायचा नाही. खरंतर अजिबातच जाणवायचा नाही. आता तो फारच जाणवतोय. प्राणायामाची लयही चुकतीय. त्या प्रयत्नपूर्वक लक्ष केंद्रित करत होत्या.

“जय श्रीराम! आज उशीर झाला वाटतं?” अशी हाक ऐकली आणि दोघींनी डोळे उघडले. एकदमच हुश्श झालं. आता त्यांना ‘जय श्रीराम’ असंच म्हणायचं की आपण ‘जय सीतामाई’ म्हणायचं? असं ललिताच्या डोक्यात चमकून

गेलं आणि तिला हसू फुटलं. म्हणायला हवं जय सीतामाई! म्हणून बघावंच का त्यांना? तिनं तोंडही उघडलं. तेवढ्यात वॉचमन रिकामी बादली घेऊन पायऱ्यांकडे येताना जाणवला. मग ती गप्प बसली. मानसी उठत म्हणाली, "जय श्रीराम! आज उशीर झाला ना! त्यामुळं फुलं काही मिळाली नाहीत." तिच्या डोक्यात अमितच्या अमेरिकेतल्या मुलांसाठीची फुलंच होती. त्यांना भारतातली फुलं, सणवार, संस्कृती कळायलाच हवी. त्या पायऱ्यांवरून उतरल्या. जय श्रीरामच्या सोबतीनं चालत मग आपल्या रस्त्याला वळल्या. ललितानं मानसीला विचारलं, "हे अधूनमधून दिसतात तसे. पण नाव माहिती नाही ना गं?" मानसी म्हणाली, "मला वाटलं तुला माहिती आहेत ते कोण होते ते. आपल्याला काय म्हणा, जय श्रीराम म्हणता येईलच त्यांना..." "त्या हाकेला पन्नासजण ओ देतील बरं." म्हणत ललिता हसली. ललिताच्या डोक्यात आणखी एक नोंद होती. भल्या पहाटे आजचं शेअरमार्केट.... तुमचा बिझनेस... बँकेला आम्ही सांगितलं... डॉलर, पौंड... हेही तुकडे सातत्यानं कानावर पडायचे. बँकेत असल्यामुळे ते तिला चटकन नोंदवता आले काय? त्यांना काय हाक मारायची? जय शेअरमार्केट? ती स्वतःशीच हसली. थडथडथड आवाज ऐकू आला. त्यांना तोही माहीत होता. लाल टी-शर्ट्स आणि काळ्या स्वेटपँट्स घातलेले पन्नासेक टेके-टेक्निकल केअरचे कर्मचारी सकाळी त्यांच्या मॅनेजरबरोबर व्यायामाला यायचे. खरंतर त्यांचा सेंटचा वास आसमंतात दूरवर दरवळत असायचा. ललिता आणि मानसीला त्यांची सकाळ त्या वासानं दूषित झाल्यासारखी वाटायची. पण ते सगळे लाल लाल पळत जाताना बघायला छान वाटायचे. सामूहिक संघभावना असायला लागते. ललिताला तिचा बास्केटबॉलचा संघ आठवला. त्यांनी कॉलेज कसलं गाजवलेलं! चक दे इंडिया तिनं सोळा वेळा पाहिला होता त्यासाठी. हेमंत हसायचा तिला; पण ललिताचं खेळावरचं प्रेम हेमंतवरच्या प्रेमापेक्षा अतूट होतं. संघभावना हवी. जिगर हवी जिंकायची. तिचा चालण्याचा वेग तिच्याही नकळत वाढला. मानसीच्या डोक्यात आजचा दिवस गोळा व्हायला लागला. सासूबाई नारळ खोवायला घेत असतील. उद्याचं सारण करून ठेवायचं आज. मोदकाचे साचे धुऊन घ्यायला हवेत. अंगारकीखेरीज त्यांना हात लागत नाही. मग रमाला घरात थांबवायला काय करता येईल? निदान गौरी होईतोतरी तिनं स्वयंपाकघरात डोकवावं. तिच्या पाळीची तारीख काय होती? मानसीनं मनातल्या मनात कपाळाला हात लावला. अमेयशी बोलायचं होतंच. विनयच्या बँकेला सुट्टी नव्हती. खाजगी बँक म्हणताना गणपतीची सुट्टी कुठे मिळणार!. पण अमृताच्या परदेशी जायची तजवीज करायची तर नोकरी जरा जोरातच करायला हवी. मानसी तिच्या नित्याच्या

घोळात थबकली. ललिता  जवळजवळ पळायला लागली होती. मानसीची हाक ऐकू आली म्हणून थांबली.

‘‘किती भराभर चालतेस अगं तू! माहितीय बास्केटबॉलची चँपियन होतीस ते! पण मी आयुष्यात पळालेली नाही.’’

‘‘तुला नाही वाटलं कधी खेळावंसं?’’

‘‘वाटायचं गं. पण ते स्कर्ट्स घालून यायला लाज वाटायची. शिवाय मुलं बघायला यायची ना खेळ, मग कसंतरी व्हायचं. विनय सांगतो ना तेव्हा मुलंमुलं काय अर्वाच्य बोलायची आपापसात.’’

‘‘त्याच्याशी आपल्याला काय करायचंय? आपण खेळावं आपल्याला वाटलं तर.’’

‘‘नाही गं! मला नाही आवडायचं. बायकांनी घरातली कामं केली ना सगळी तरी खूप व्यायाम होतो.’’

ललिता हसली. मानसी मूळपदावर आली म्हणून. घरातली कामं करायची ओढून ओढून आणि मग मरमर मरतो पण कोण्णाला त्याची कदर नाही म्हणत रडायचं. ललिता गप्प बसलेली पाहून मानसीला आतून जरा रागच आला. ललिताचा बांधा आणि उत्साह हा कायमच तिच्या खंतावण्याचा विषय होता. पण तिला वाटायचं असं सगळं विकतचं आणून साजरं केलं, की कमनीय राहायला वेळ मिळणारच! ललिताला तिच्याइतके व्याप नव्हते आणि तिच्याइतक्या भीत्याही नव्हत्या. पहाटे एकटीही सहज बाहेर पडायची ती. नोकरीसाठी गावोगावी हिंडायची सवय होती तिला. पण आता हे बलात्कारांचं ऐकतो रोज. रमाची काळजी वाटते. तिच्या सगळ्या मित्र–मैत्रिणींवर बारीक लक्ष ठेवून असायची ती. पण अलीकडे सगळंच बिघडत चाललेलं. मुलींनी बाहेर पडूच नये खरंतर. चांगला कमावता नवरा असेल तर घरची कामं काय कमी महत्त्वाची असतात? रमाला मान्य नव्हतं ते. तिला फायनान्समध्ये करीअर करायची होती. सी.ए.च्या टर्म्स भरत होती. मध्यंतरी तिच्या फर्मनं तिला दुबईत असाईनमेंट कराल का म्हणून विचारलं होतं. मानसीनं कसून विरोध केला. आपल्याचकडे इतकं असुरक्षित होत चाललेलं सगळं तर तिकडे किती असेल! ललिता हसली होती मानसीला. म्हणाली होती– फारच पेशवाईच्या काळात राहते आहे. बायका तितक्या काही असुरक्षित नाहीत आता. करीअर करणाऱ्या तर नाहीतच. जग बघायची संधी मिळतेय तर जाऊ दे. पण मानसी ठाम होती. तशी अमेरिकेत जायची संधी असती तर हरकत नव्हती, पण मिडल ईस्ट नको, असं तिनं ठामपणे ठरवलेलं होतं. ‘‘संजूचं काय चाललंय सध्या?’’ तिनं

ललिताला विचारलं. ''आर्किटेक्चर चालू आहे आणि गिटार, ड्रम्स क्लासेस चालूच आहेत. त्याला पुढे नाटक, संगीत आणखी कायकाय करायचंय. हल्लीची पोरं कुठे जातील नेम नाही'' म्हणत ललिता हसली. मानसीला नवल वाटलं. एकुलता एक मुलगा आणि त्याच्या आयुष्याविषयी इतकी बेफिकिरी कशी? आपणच हातात घेऊन वळण लावायचं असतं मुलांना. त्यांना कुठे काय कळतं त्या वयात!

नरेंद्र बाबांसमोर उभा होता. बाबा तसे मोकळे होते. विशेषतः समजून सांगताना बाबांचे उच्चार स्पष्ट आणि मृदू असायचे. बोलताना त्यांच्या गोऱ्या त्वचेवर किंचितसा लालिमा चढायचा. ''नरेंद्र, शेवटी आयुष्य म्हणजे काय? अधर्मानं ग्लानी आलेल्या समाजाला जागृत करण्याचं साधन. तुझ्या आईनं आणि मी आमच्या खासगी जीवनाला कधीच प्राधान्य दिलं नाही. सतत समष्टीचा विचार करत राहिलो. समाजाला गरज असते कोणीतरी मार्ग दाखवायची. त्याला वाममार्गाला लावणारे टपून बसलेले असतात आणि शिवाय आपल्याही मनात वाममार्गाने जाण्याच्या प्रवृत्ती असतातच. त्यांना आपल्या नियंत्रणाखाली ठेवावं लागतं. कोणी ते करू शकत नसेल, तर त्यालाही नियंत्रित करावं लागतं. संस्कृती वाढते, फुलते, बहरते ते या नियंत्रणामुळेच. तुझ्यावर आम्ही करत आलेले संस्कार हे तुला समाजाच्या उपयोगी पडण्यासाठीचेच संस्कार आहेत. आपल्या घराचं हे संचित आहे. तेव्हा आयुष्य सत्कारणी लावा. परिस्थिती अवघड आहे. सगळीकडे समाजविघातक शक्ती मोकाट सुटल्या आहेत. त्यांना नियंत्रित करणे गरजेचे आहे.'' बाबांची भाषणं नरेंद्रनं ऐकलेली होती. ते घरात एक आणि बाहेर दुसरं असं वेगळं बोलायचे नाहीत. त्यामुळे त्यांच्याबद्दलचा त्याचा भक्तिभाव अनन्यसाधारण होता. बाबांच्या काहीशा पारदर्शक होत चाललेल्या त्वचेकडे नरेंद्रने बघितले. बाबा वयस्कर होताहेत! आई तशी गव्हाळ होती. ती म्हातारी होताना दिसत नव्हती; पण बाबा मात्र त्यांच्या ताठ कण्यावर सुरकुतताना जाणवले.

जेवणं झाली. आईनं दुसऱ्या दिवशीच्या पूजेची तयारी केली होती. गेजमाळा राहिल्या होत्या तेवढ्या झाल्या की सकाळी गुरुजींसाठी फराळ करायचंच शिल्लक राहणार होतं. बाबा उठून गेले. नरेंद्र स्वयंपाकघरातच घोटाळला. आईनं टेबल पुसून घेतलं. वर्तमानपत्र टेबलावर पसरून ती कापूस घेऊन खुर्चीवर बसली. ''काय रे नरेन, काही हवंय का?'' त्यानं नुसतीच मान हलवली. तिची बोटं भराभर कापूस पिंजून त्याचा सुरेख पेळू बनवत होती. अलगद कापूस ओढत त्याची गेजमाळ तिनं बनवली. हळदी-कुंकवाच्या बोटांनी रंगवली. पूजेच्या डब्यात हलकेच ठेवून दिली. दुर्वा निवडायला घेतल्या. नरेंद्रने दुर्वा हातात घेतल्या. आईचं आणि त्याचं फार

बोलणं व्हायचं नाही. लहानपणी तिच्या लांब वेणीचा आणि धुवट साडीचा स्पर्श त्याला आठवत राहायचा, पण आता तोही नाही. कशासाठी गेजमाळा? देवांची वस्त्रं असतात ती. त्यानं आपल्याला अन्न-वस्त्र दिलं ते त्याला परत अर्पण करतो कृतज्ञतेपोटी; पूजा करून, गेजमाळांचं वस्त्र वाहून, त्यानंच निर्माण केलेल्या अन्नाचा नैवेद्य दाखवून. आजी सांगायची; पण आई असं काही सांगायची नाही. ती करत होती ती गेजमाळ एवढंच. उद्याला हवीय इतकंच. गुरुजींनी सांगितलंय म्हणून इतकंच. तो तिच्या लांब बोटांच्या हातांकडे बघत होता. हिंदी गाणी म्हणणाऱ्या आईची फिकट स्मृती होती त्याच्याजवळ; पण ती खूपच फिकट. जवळजवळ न दिसणारी. तिच्या गप्प राहण्यानं तो अस्वस्थ व्हायचा. त्याची बहीण परदेशात गेल्यापासून तर त्याची आणि आईची अस्वस्थता आणखीनच वाढलेली. तिथे दीदी एकदमच लोकप्रिय. तरुण मंडळींसाठी युवा शिबिरं घ्यायची. तिचा नवरा संगणकातला. तिला तिथे नोकरीची परवानगी नव्हती म्हणताना मेडिकल वायाच गेलेलं. पण दीदी वेगळीच. बाबांसारखी. डायनॅमिक. आपण आईसारखे? मुखदुर्बळ, सामान्य. त्यानं तिरपिटून आईकडे बघितलं. अनुवांशिकतेला कोण काय करणार! रक्तातच यांच्या सामान्यपण असेल तर! गणपतीचे वर्गणीदार, त्यांच्या याद्या... तो उठलाच.

संजा आणि जामी खोलीवर आले. जामीनं त्याचं गिटार काढलं. संजा खुर्चीत बसला. त्यानं बोंगो घेतला. जामी थांबला. त्यानं जिमी हेंड्रिक्स घेतला यूट्यूबवर आणि त्याचं गिटार परजणार तेव्हा एकदम संजानं विचारलं, "अब्बू काय करतात तुझे?" जामी हसला. म्हणाला, "अब्बू लेक्चरर आहेत केमेस्ट्रीचे दिल्लीत. अम्मीपण ऊर्दू शिकवते कॉलेजमध्ये." संजा खुला हसला. म्हणाला, "एकटाच तू? इतका मस्त मराठी कसा बोलतोस? बहिण-भाऊ?" जामीनं गिटार बाजूला ठेवत त्याच्याकडे बघितलं. संजानं गेल्या दोन वर्षांत विचारले नव्हते त्या प्रश्नांची उत्तरं द्यायला हवीत. संजानं बोंगोवर हात चालवला. जामीनं गिटारला हात लावला नाही. म्हणाला, "हो. आम्ही इथेच राहत होतो पुण्यात, बाबरी झाली तेव्हा. अम्मी-अब्बू मराठी बोलते हैं बिलकुल अच्छी. पुढे नाईन इलेव्हन झालं. बाबरी झाली तेव्हाच अम्मी-अब्बूंनी ठरवलं एकच मूल. सो आय ॲम दि ओन्ली चाईल्ड ऑफ माय पेरेन्ट्स. ते नाईन इलेव्हननंतर दिल्लीला हलले. तिथे राहतो ती लेक्चरर्स कॉलनी आहे. गुजरातच्या दंगली झाल्या तेव्हा आम्ही तो भाग सोडावा असं आमच्या नातेवाइकांचं म्हणणं होतं. अम्मीचं म्हणणं आपले लोक सगळीकडेच असतात. शैतान तो मनमें रहता है तो कहींसेभी आएगा!" संजा जरा वरमला. मनात

काहीतरी टपकलं होतं ते काय? त्यानं बोंगोवर थाप मारली. जामीनं परत एकदा जिमी हेंड्रिक्स आणला. एकदम बंद केला. त्याच्या खुर्चीवर बसला. म्हणाला, ''आजकल समझता नहीं संजा, क्या एक्स्पेक्ट करते हैं लोग. वैसे तो अब्बू और अम्मी जिस विश्वाससे रहते आए हैं उसी विश्वासपे चलता रहता हूं. लेकिन एक बात समझमें नहीं आती, गर उन्हें विश्वास था तो क्यूं चले गये दिल्ली? यहींपे रहते. पता नहीं. शायद करिअर वहींपे बना पाए होंगे. अम्मी ऊर्दू कहाँ पढाती? एनीथिंग एल्स?'' संजा उठला. त्यानं जामीच्या जवळ जाऊन त्याच्या डोक्यावर हात ठेवला. ''छोड दे यार. मी असंच विचारलं होतं. चल.'' त्यानं जामीला उठवलं.

संजानं बोंगोवर ठेका धरला. पण ते दिल्लीला का हलले? पुण्यात त्यांना सुरक्षित का नाही वाटलं? पुणं तर प्रागतिक. आपण कुठे काय मनात आणतो? जामीला इतकं सुंदर गिटार वाजवता येत नसतं तर? आपण केली असती का मैत्री त्याच्याशी? संजा आणखीनच घुसमटला. 'खुदाके लिये'ची ट्यून जामीनं वाजवायला घेतली आणि तो आतून हलला. त्याला वाटलं इथून पळून जावं आणि कुठेतरी दूरवर जावं. जिथे हे सगळे संदर्भ नसतील. केवळ संगीत असेल. आणि गाणी असतील. साथीला कोणीतरी लागेलच ना पण? तो कोण असेल? जामीच. जामीच असेल. जामी म्हणाला, ''यू नो संजा, धिस इज रिअली रिव्होल्यूशनरी. खुदा संगीत है. मैं मानता हूं. संगीतही है खुदा. बाकी कुछ नहीं. कुछभी नहीं. हॅव यू लिसन्ड टू अबेदा? द वे शी कॉल्स आऊट टू गॉड, उस बुलानेमेंही खुदा है. और कहीं नहीं है.'' त्यानं गाण्याचा आवाज मोठा केला. तो त्याची ट्यून पकडत राहिला. संजा बोंगोवर हलकेच साथ करत होता. जामी गायला लागला. भरदार आवाजानं त्यानं जगाला हाक दिली. गिटारच्या तारा हलकेच छेडत तो गात होता.

जामीचा आवाज सगळ्या बिल्डिंगला हलवत होता. संजाही वाजवण्यात भिंगून गेला होता. एका अनिवार क्षणी ते थांबले. एवढ्यात एकदम बेल कर्कशपणे कानांत घुसली. संजा उठला. दार उघडलं तर समोर केशव. संजा चमकलाच. ते दोघे इथे कसे पोहोचले? केशव हसला. म्हणाला नरेंद्रच्या मोटरसायकलवर आले तिघे. संजाची काळजी वाटली म्हणून. नरेंद्र खाली थांबला होता. संजा तिरपिटला. त्यानं त्यांना घरी जायला सांगितलं. तेवढ्यात शेजारचं दार उघडलं. एक माणूस डोकावला. ''काय चाललंय तुमचं? इथे लोकांना झोपायचं असतं आणि तुम्ही रात्री कसला आवाज करता?'' केशव म्हणाला, ''खरंय! यांनी नकोय दंगा करायला. काय?'' त्याचा स्वर नक्की कसा होता कळलं नाही म्हणून त्या माणसानं शेवटचं निकरानं सांगितलं, ''हे पहा तुम्ही आवाज थांबवला नाहीत तर मी पोलिसांत फोन

करीन. चारचारदा बेल मारतोय, तुम्ही दारही उघडत नाही?'' संजा केशवमुळे वैतागला होताच. तो म्हणाला, ''गणपतीचे ढोल-ताशे चालतात तुम्हाला रात्ररात्रभर आणि आत्ताच बोंब मारायला काय झालं?'' शेजाऱ्यानं तातडीनं फोन लावायला सुरुवात केली. संजानं केशवचा खांदा पकडून त्याला जिन्यावरून खाली ढकललं. जामीनं संजाच्या खांद्यावर हात ठेवला. शेजाऱ्याची माफी मागितली. संजानं बाल्कनीतून खाली बघितलं. नरेंद्रच्या गाडीवर बसून तिघं निघाले होते. तो गोंधळलाच. आत येऊन पाणी प्यायला. जामी म्हणाला, ''तो शेजारचा एकदम औरंगजेब आहे. संगीत बिलकुल जचता नहीं. वैसे तो सूफी संगीत रहमानने इतना पॉप्युलर किया है. रहमान सुनते रहते हैं लोग आजकल. फिरभी सूफी समझते नहीं. और अभी हम जॅझ बजाते तो क्या करते ये? पता नहीं.'' संजानं नुसतीच मान हलवली. जामीला म्हणाला, ''बाहेर जाऊयात? तुझा शेजारी वैतागलाय आवाजाला. आता वाजवता तर येणार नाही.'' जामीनं गिटार उचलून ठेवलं. म्हणाला, ''चल.''

दोघेही बाहेर पडले. पहाटेचे तीन वाजत आले होते. जामीनं मोटरसायकल सिंहगडाकडे वळवली. थंडगार वारं डोकी शांत करत गेलं. संजानं जामीच्या खांद्यावर हात टाकले. पावसाची भुरभुर सुरू झाली होती. पण ती अगदीच जेमतेम. अल्लाद भिजवणारी तीही खरं तर जामीलाच, तोच चालवत होता म्हणताना. गणपतींचे मंडप जागे होते. गर्दी वाढायला लागली होती. जामीनं अचानक विचारलं, ''सातारा चलते हैं क्या? हमीदसे मिल आते हैं. सरप्राईज.'' संजा चकितच झाला. ''हमीदची आठवण अचानक?'' ''नाही अचानक नाही. अब्बूंशी संपर्क आहे त्याचा. मागे दिल्लीला आला होता ना, मुस्लीम बायांच्या पोटगीची केस होती तेव्हा राहिला होता आमच्याकडे. त्याच्याकडे जाईन असं खूपदा म्हणतो मी, आज जाऊ. विल बी देअर बाय फाईव्ह. तुला इतर काही काम?'' ''नाही.'' संजा विचारातच पडला. त्यानं त्याच्या खांद्यावरचे हात खाली घेतले. मगाशी नरेंद्र कशाला आला होता? ते सातारा रोडला लागत होते तोच संजानं जामीचा खांदा दाबत म्हटलं, ''आज नहीं जाते हमीदके यहाँ. फिर कभी. आई वाट बघेल.'' जामीनं मोटरसायकल वळवली.

संजाला घरी टाकून जामी गेला. बाबानंच दार उघडलं. झाले का गणपती नाचून? त्यानं संजाकडे बघत प्रश्न केला. संजा उत्तर न देताच खोलीत गेला. त्याच्या बेडवर पडला. मोबाईलचा मेसेज आला. त्यानं प्रतिक्षिप्त क्रियेनं तो उघडला. केशवनं स्टोरी पाठवली होती. बुद्धगयेच्या बाहेर स्फोट झाले. चार मुस्लिम तरुणांना अटक. संजानं रिप्लाय केला, माझी झोप कशाला उडवतोस? सकाळी वाचीन

पेपर. केशवचा लगेचच रिप्लाय, तुलाच हौस आहे रात्री अपरात्री हिंडायची कोणाकोणाबरोबर. म्हणून काळजी. जर्मन बेकरी विसरलास काय? संजानं सरळ रिप्लाय केला, तुम्ही कशाला काळजी करता माझी? फोन बंद केला. त्याला संताप आला. त्याचा ताबा त्यांनी का घ्यावा? पांचालीवर जाणं बंद केलं पाहिजे. जरा डोळा लागला तोच घरासमोरच्या मंडळाच्या गणपतीसमोर गाणी लागली. खणखणीत. तो उठलाच. चहा करायला स्वयंपाकघरात गेला. बाबा उठला होताच. आई चालायला गेली होती.

संजा चहा पिताना बाबाला म्हणाला, ''बाबा, नरेंद्रचं बिनसलंय. आधी बोलत नाहीच. आता भयंकर साईक झालाय. त्याला सारखा संशयच येत राहतो. काल नुसता मी जामीबरोबर गेलो तर तो तिथे आला मला बघायला.''

बाबा किंचित हसला. पण गप्प बसला. संजा अस्वस्थ होत म्हणाला, ''काल आम्ही हमीदकडे जाणार होतो रात्री; पण नरेंद्र तिथेही आला असता असं मला वाटलं. जामीला मग फारच वैताग आला असता. शिवाय माझ्याबद्दलही त्याला मग वेगळं वाटलं असतं. हे सगळे धर्म ना बाबा पब्लिक मेमरीतून पुसले गेले पाहिजेत. यूसलेस. ''

''सेक्युलर हिटलर आणि कम्युनिस्ट स्टॅलिनही संशयी होते संजा. गेल्या शतकात सगळ्यात जास्त माणसं या दोघांनीच मारली. जग गुंतागुंतीचंच आहे. शेवटी तुमच्या कृतीला तुम्ही जबाबदार असता इतकंच खरं. कृती पहावी आणि मग माणूस तपासावा. तेवढ्या तेवढ्या कृतीपुरता. पुढे तो वेगळाही वागू शकतो.'' बाबा बाथरूममध्ये गेला.

नरेंद्र वेगळा वागू शकेल? कृती करणं फक्त व्यक्तीच्या हातात थोडीच असतं! कृती सोडाच, मनाचाही ताबा घेतला जातो. मैत्री करता येत नाही साधी? केवळ मैत्री? दूर गेलं पाहिजे इथून. अगदी दूर. आणि प्रत्येक कृतीच्या वेळी वेगळा माणूस समोर येणार काय?

चहा पिताना ललिता म्हणाली, ''अरे हेमंत, काल दाभोळकरांची मुलाखत पाहिलीस का लोकमतवर?''

''नाही. का गं?''

''काही नाही. आज चालायला जाते तिथे थोडी चर्चा कानावर आली. आमच्या श्रद्धांना त्यांनी का हात घालावा म्हणून. मानसीही चिडली होती.''

हेमंतनं पेपर खाली टाकला. आंघोळीला उठत म्हणाला, ''मानसी चिडणारच. पण दाभोळकर श्रद्धेला नाही म्हणतात असं वाटत नाही. मी ऐकलंय त्यांना मागे.

ते पटवर्धन... दिव्य खडे विकणारे वगैरे प्रकरण माहिती होतं मला. त्याचा आणि देवावरच्या श्रद्धेचा काही संबंध आहे, असं मलाही वाटत नाही. देवच कृपा करणारा तर त्यानंच निर्माण केलेले खडे अंगावर घालून त्याच्याच अवकृपेसाठी त्याच्याचकडे दाद मागायची, तीही पटवर्धनांना पैसे देऊन, हा गोंधळच की!''

''दाभोळकरांनाच नरेंद्रमहाराजांच्या धमक्या आल्या होत्या ना रे मागे? मारून टाकण्याच्या?''

''पोलिसांत जायला हवं खरं तर त्यांनी.'' म्हणत संजा उठला.

''हे म्हणजे त्या मॅट्रिक्ससारखं झालंय का तुझं संजा? त्यातलाच व्हिलन ना तो रेप्लिकेट करत राहतो स्वतःला? नरेंद्र रेप्लिकेट होत राहताहेत. कोणकोणते काय म्हणताहेत ते समजेनासं होणार आहे थोड्याच दिवसांत. नरेंद्रमहाराज, नरेंद्र तुझा, नरेंद्र दाभोळकर, नरेंद्र मोदी, आणखी कोणता नरेंद्र आहे? मल्टिपल पर्सनॅलिटी सिंड्रोम झालाय आपल्याला.'' असं म्हणत बाबा आंघोळीला गेला. संजा खोलीत गेला. अचानक त्याला काहीतरी वाटलं. त्यानं जामीचा फोन फिरवला. जामी उचलत नव्हता. त्याच्या छातीत धस्स झालं. तो अस्वस्थपणे फोन फिरवत राहिला. आईनं परत एकदा टी.व्ही. लावला होता. नरेंद्रचे बाबा दिसत होते. आवाज ऐकून संजा बाहेर आला. ते मुलाखतकाराला सांगत होते, ''मर्त्य जगातले व्यवहार माणसांना सांभाळावे लागतात हे खरंच; पण तो वरती बसलेला आहे, त्याच्या न्यायालयात सगळे हिशेब चोख ठेवले जातात. मुलांना सांभाळणे हे पालकांचे ईश्वरप्रेरित जीवितकार्य आहे. विशेषतः आजच्या अस्थिर आर्थिक वातावरणात प्रत्येकाला उदरनिर्वाह मिळेल याची तजवीज आपण केली नाही, तर मग रस्त्यावर येणाऱ्या प्रत्येकच मुलाच्या रोषाचे आपण बळी ठरू, हे आपण लक्षात घ्यायला हवे. समता आणि न्यायाचा विचार करताना सरकारने हे लक्षात घेणे गरजेचे आहे. अन्यथा न्यायालये आणि पोलीस-यंत्रणेपेक्षाही देवाचा न्याय महत्त्वाचा असतो, त्याला आपल्याला सामोरे जावे लागेल. पालक आहोत आपण. मुलांचे वडील, जनतेचे वडील म्हणून आपल्या कर्तव्यांना चुकून कसे चालेल?'' कोणते मर्त्य व्यवहार? आणि कोण वरती बसलेला? तसलं काहीतरी इतिहासाच्या पुस्तकात लो. टिळक म्हणाल्याचं लिहिलेलं असायचं काय? त्याची अस्वस्थता वाढली. जामी घरी पोहोचला का? बघायचंच राहिलं. तो जामीला फोन फिरवत राहिला. जामी उचलत का नाहीये फोन? झोपला असेल बहुतेक. पहाटे घरी गेल्यावर. जाग येत नसेल त्याला. आईनं त्याला डबे भरायला सांगितलं तिचे. पण त्याला काहीच समजत नव्हतं. आई म्हणाली, ''झोप जा. भंजाळला आहेस तू. रात्रभर जागा

होतास ना? झोप थोडा वेळ. बँकेत जाताना उठवते तुला. कॉलेजला जाणार आहेस का?'' नाही अशी मान हलवत तो त्याच्या खोलीत गेला.

तो बेभानपणे दार वाजवत होता. जामी दार उघड, म्हणत. गाढ झोपला असावा जामी.

जामीनं दार उघडलं. त्याला पाहून त्याला हुश्श झालं. आपलीच लाजही वाटली. नरेंद्र, केशव, अभय आपले बालमित्र आहेत. आपण उगीच साईक झालो.

तो जामीच्या खुर्चीत धप्प बसला. जामीला सांगावं काय? त्यानं दिल्लीलाच जावं खरंतर.

का? आपणच म्हणायचं त्याला पुण्यात राहू नको म्हणून? का?

का ते माहिती नाही; पण जामीनं इथे राहू नये, असं त्याला अनिवारपणे वाटलं.

तो डोकं हातात धरून बसला.

''क्या हुआ यार?'' जामीनं विचारलं.

संजानं मान हलवली. तापातून उठल्यासारखं डोकं हलकं झालं होतं. ताप हे लक्षण. रोग नाही. पण रोगाचं निदान आत्तातरी स्पष्ट नाही, असं जाणवून त्यानं जामीकडे बघितलं.

जामीनं चहा बनवला. ''ऑम्लेट बनाएँ क्या?'' संजानं मान हलवली. जामीनं ब्रेड टोस्टरमध्ये टाकले. टी.व्ही. लावला. बुद्धगयेची बातमी लागली. संजानं टी.व्ही. बंद केला. जामी हसला.

''क्या हुआ संजा? ते म्यानमारचं प्रोजेक्शन आहे. वी आर ग्लोबल नाऊ, सो रिॲक्शन तो कहींभी आएगी ना? कहींपे निगाहें कहींपे निशाना...लीव्ह इट. अम्मीका इसका ॲनालिसिस एकदम अलग रहता है. अम्मी बोलती है अल्लाह उन्हींको दुख देता है जिनमें वो उठानेकी ताकद होती है. आज वो ताकद किसीमें है नहीं तो क्या करें? वी ऑल आर गेटिंग ब्रिटल. टूटते जा रहे हैं हम सभी. तो कौन दुख उठाएगा? कोई नहीं. सभी अपने गममें चूर. तो सभी मारते रहेंगे एक दूसरेको.''

जामी त्याचा नेहमीचाच जामी होता. संजाच दुभंगला होता. तो अन्यासारखा बाजूला उभा राहून बघत होता दोघांकडे.

''जामी ये मारना कंपलसरी है क्या? सोचना तो चाहिये ना? इतकी काय परिस्थिती आलेली नाही. एवढे शिकलेले. सायन्स साईडचे. आणि तरी इतके इररॅशनल?''

''सायन्स और रॅशनॅलिटीका कुछ संबंध रख्खा नहीं हमने. ॲटलिस्ट इंडियामें.

अम्मी बोलती है की सायन्सने जो हिसाब सब जगह लाये उसमें हमने क्षमाकी ताकद गँवायी. वो तो सही लेकिन सायन्सने इम्पार्शल तो बनाया ना? अब्बू हमेशा बोलते हैं, इम्पार्शालिटी छोडनी नहीं चाहिये. ऑब्झर्वेशन छोडना नहीं चाहिये. आपली निरीक्षणं आपली असतात. त्या त्या वेळची असतात. कशासाठी दुसऱ्यांच्या मतांवर भरोसा ठेवायचा?''

जामीनं नरेंद्रला पाहिलं होतं का मागे येताना?

''तुझ्या नरेंद्रचे बाबा ते मानत नाहीत म्हणून नरेंद्रला प्रॉब्लेम्स आहेत.''

''तुला काय माहिती? ''

''टी.व्ही. वर बघतो ना मी त्यांना अधूनमधून. शिवाय हमीदच्या बाबांवर त्यांनी केसेस टाकल्या आहेत. हमीद सांगत होता.''

संजा दचकलाच. आपल्याला नाही एवढी माहिती याला आहे? आपण त्यांना केवळ नरेंद्रचे बाबा एवढंच बघत आलो. ते बरेच काही आहेत हे माहिती होतं; पण ते हेही करतात?

पण मग नरेंद्रला काय अडचणी आहेत हे जामीला कसं माहिती? त्यानं जामीकडे बघितलं. त्याला परवडत नसेल अडाणी राहणं असं संजाला वाटलं आणि एकदमच नव्यानं तो स्वतःकडे बघायला लागला. जामी ऑम्लेट करण्यात गर्क होता. त्यानं सगळं बशीत काढलं. ते दोघे टेबलाशी बसले.

''तुला नरेंद्रच्या प्रॉब्लेम्सबद्दल माहिती कशी?'' संजानं विचारलं.

''तूच तर सांगतोस की.'' जामी म्हणाला.

संजा गप्प झाला. मी कधी बोलतो? नरेंद्रविषयी आपल्याला माहिती आहे ती कधी सांगतो आपण कोणाला? नरेंद्रचं डिप्रेशन. त्याचा हिस्टेरिया. त्याचा काऊन्सेलर. तो नरेंद्र अगदी वेगळा असतो. त्याच्या आईनं आपल्याला सांगितलं आहे कोणाला सांगू नको म्हणून. आपण ते जामीला सांगितलं?

''पण नरेंद्रला त्याच्या वडिलांचा भयंकर अभिमान आहे. त्यांनी खूपच काय काय केलंय. थोर आहेत ते असं म्हणतो तो.'' संजाला आपण एकदमच लल्लूसारखं बोललो असं वाटलं.

जामी हसला किंचित.''जे फक्त बाप असतात ना संजा ते थोर राजकारणी बनूच शकत नाहीत. पॅट्रिआर्की हॅज हॅड इट्स डे बट ही विल नेव्हर अंडरस्टँड इट. एक पॅट्रिआर्क फक्त सत्ता खेळतो. राजकारणसुद्धा करत नाही. कारण राजकारणाला विचार लागतो जो सगळ्यांना आपलासा वाटेल. दुसऱ्यांचा विचार न करता राजकारण करणं इज शीअर मास्टरबेशन. नथिंग ग्रोज. इव्हन नरेंद्र मस्ट बी नोईंग दॅट. द मोस्ट

डेंजरस पार्ट इज, दे ऑल एन्ड अप रेप्लिकेटिंग देमसेल्वज. एव्हरीव्हेअर. रिलीजन, कास्ट, कलर, क्लास इव्हन जेंडर... नो बॅरिअर.''

जामीला सांगावं की नाही? संजा घुटमळला. मग म्हणाला, ''त्यांना सगळ्यांना वाटतंय, आपण दोघं प्रेमात आहोत एकमेकांच्या. अन्नॅचरल...''

जामी जोरात हसला. ठसका लागेपर्यंत. ''म्हणून त्यांना आपल्याला बडवायचं होतं काय काल रात्री? आणि माझ्याजागी तुमचा तो अभय असता तर?''

संजानं पाण्याचा ग्लास तोंडाला लावला. मग म्हणाला, ''जामी हँस मत यार आय रिअली लव्ह यू.''

जामी गप्प झाला.

बराच वेळ गेला.

मग तो म्हणाला, ''संजा सेक्स इज सेक्स. सो नो गिल्ट. ॲन्ड इट्स सो नॅचरल... मिलियन्स मस्ट बी फकिंग धिस मूमेंट इन द होल वर्ल्ड. बट आय ॲम नॉट गे. डू यू ॲक्सेप्ट?''

संजानं मान हलवली. पाय ताणून देत तो पसरला. म्हणाला, ''का आहे मी प्रेमात विचार ना.''

जामीनं गिटार काढत त्याच्याकडे बघून भुवया उंचावल्या.

संजा म्हणाला, ''मी इतका कंटाळलो आहे गेली काही वर्षं. हेच विषय भोवती. सगळे नुसते तिरस्कार करत राहतात. प्रेम करताच येत नाही. काही ना काही मधेमधे येत राहतं. कोणते दुसरे विषयच नाहीत बोलायला. जरा मैत्री झाली की चौकश्या सुरू. जरा बाहेरच्या जगात पाऊल टाकलं की बॅकग्राऊंड चेक सुरू. नवीन कल्पना घेऊन गेलं तरी कुठेच कोणी हलत नाही. कोणालाच चाकोरीबाहेरचं एक्स्प्रेशन नाही. कोणालाच जोडून घेण्याचे नवे नवे मार्ग शोधण्याची आस नाही. उत्सुकता नाही. बॉंबस्फोटाच्या बातम्यांपलीकडे कशानंच हलून जात नाही. बँ।बस्फोटानंही हलतो म्हणजे कोणी केले असतील हे सांगण्यासाठी हलतो. फार तर फार फाशी द्या म्हणून रस्त्यावर आंदोलनं करतो. फाशी दिलं की रस्त्यात जल्लोष करतो. फुगड्या घालतात रे बायासुद्धा! पण नवीन बांधकामं खुणावत नाहीत. नव्या इमारती आव्हानं देत नाहीत. मोडणं, उद्ध्वस्त करणं आणि ज्यानं प्रत्येकाच्या मनात नवीन मोडतोडच होईल एवढंच फुटकळ इथं तिथं पेरणं. कंटाळा आलाय जामी. म्हणून तुझी रॅशनॅलिटी आवडते मला. तुझी क्रिएटिव्हिटी. तुझी शांतताही. मी गे आहे की नाही माहिती नाही जामी. पण दोघं मिळून काही नवे सूर रचू इतकंच वाटतंय. सापळ्यातून सुटू जागोजागी लावलेल्या इतकंच.'' संजा हमसाहमशी

रडायला लागला.

जामीला अब्बू आठवले. ''मर्द हो तो व्हायोलंट होनेका प्रेशर खाये जा रहा है सब जगह मर्दोंको. उससे छुटकारा मिलेगा तो सब ठीक होगा.''

नरेंद्रची आई सीरीयस असल्याचा निरोप कालच मिळाला होता. सगळे त्याच्या घरी जमले होते. डॉक्टर्सनी सगळा लाईफ सपोर्ट काढून टाकला होता. नरेंद्रच्या बाबांच्या सांगण्यावरून. शरीराचे आता जास्त हाल नकोत. ते म्हणाले होते. नरेंद्रला वाटत होतं. की दुसरीकडे नेऊन पहावं. जामीनं त्याच्या अब्बूंचा एक मित्र संजाला सांगितला होता. जगप्रसिद्ध ऑन्कालॉजिस्ट. संजानं तो मनातच ठेवला. नरेंद्रला ते सांगण्याचं धाडस नाही झालं. बाबा म्हणाले, शरीर केवळ मर्त्य स्वरूप. आज नाहीतर उद्या संपणारच. दीदी आलेली होती अमेरिकेहून. आईच्या सुजलेल्या ब्रेस्ट्स पाहून थक्क झाली होती. कळलं नाही? ऊझिंग होत असणार कितीतरी दिवस. हात हलवणं अशक्य झालं तसं तिनं सांगितलं होतं. पण त्या वाढलेल्या आकाराचं पेन असणार. शिवाय ऊझिंगचा त्रास तर कितीतरी असतो. बाबांना कळलं नाही? आईची छाती सडलेली... कॅन्सरनं...बाबांना कळली नव्हती? पण बाबांना ते विचारायची हिंमत झाली नाही. दीदीनं आईला विचारलं तेव्हा ती नुसतीच हसली होती फिकट. आतातर पेन असह्य असणार. सिडेटिव्ह्जचा उपयोग होईल तेवढाच काय तो रिलीफ. घरात एवढे कर्ते पुरुष होते ते काय करत होते? वेदना दिसली नाही त्यांना आईची? दीदी व्याकूळ होत होती. सिडेटिव्ह्जच्या अमलातून आई जागी व्हायची तेव्हा ती तोंड फिरवून झोपून जायची. दीदीचाही गोतावळा जमा झाला होता. माणसांनी घर भरून गेलं; पण आईला कोणतीच माणसं दिसत नव्हती. तिच्या पाठीखाली शरीरातल्या मर्त्य द्रावांची थारोळी साचत होती. त्यांचंही भान तिला नव्हतं. नरेंद्र त्याच्या खोलीत बसून होता आणि बाबा गॅलरीत. स्वयंपाकघर दीदीच्या मैत्रिणींनी ताब्यात घेतलं होतं. बाबांच्या मित्रांची मुलं ये जा करत होती. नरेंद्र आईइतकाच एकटा होत चालला होता. दीदीनं त्याला संतापून विचारलेल्या प्रश्नाचा अर्थ लागत नव्हता. आईच्या ब्रेस्ट कॅन्सरची लक्षणं बाबांनी का नाही लक्षात घेतली? आईच्या गप्प असण्याचा अर्थ लावायचा तो प्रयत्न करत होता. हे नक्की काय होतं?

कसला आवाज आला म्हणून तो खाली उतरला. बाबांच्या समोर एक पोरगेलेसा माणूस उभा होता.

''वस्तीत प्रतिष्ठापना करायला मूर्ती आणली होती देवीची. देऊळ बांधून होईलच दोन दिवसांत. तोवर ती ठेवली होती देवळाबाहेर. तर आता वस्तीतला

भगत म्हणतोय, तिच्या मनात नाही तिथं राहायचं. ती सोडून गेलीय वस्तीतलं देऊळ. तिकडं औरंगाबादला गेलीय ती त्या जमिनीखालच्या गुहांत. तुमची कुलस्वामिनी तिकडचीच ना? जाऊन शोधून आणायला लागेल, असं त्याचं म्हणणं. आता मूर्ती आहे; पण देवी नाही हे काही कळत नाही. पण त्यानं वस्तीतल्या लोकांना तसं सांगितलंय आणि त्यांना ते पटलंय. काय करायचं?''

''जा घेऊन त्या भगताला औरंगाबाद का कुठे ती गेलीय म्हणतोय तिथं. नंतर त्यालाच पटवायला सांग वस्तीवरच्या माणसांना.''

नरेंद्र ऐकत होता.

''तो म्हणेल तिथे घेऊन जा आणि त्याच्याकडूनच देवी घेऊन या. मग बसवून टाका देवळात. श्रद्धेला प्रश्न करायचे नसतात. ''

मान हलवून तो गेला. नरेंद्रकडे बघून बाबा म्हणाले,

''सामान्य माणसाला श्रद्धा लागते. त्यावर चर्चा करू नये. दैवतांचा प्रभाव असतो मानवी मनावर. तू या सगळ्यांचा नीट विचार कर. श्रद्धा मोठी ताकद आहे. तुमच्या भौतिकशास्त्राला ती कळत नाही. तुम्हाला जे डोळ्याला दिसतं आणि कानांना ऐकू येतं तेवढंच खरं मानण्याची सवय लागलीय. तीच तुम्ही समाजाला लावू पहाल तर अनर्थ होईल.''

कसला अनर्थ हे नरेंद्रला कळलं नाही. उलटून प्रश्न विचारायची सवय त्याला लागू दिली गेली नव्हती. ''तुझ्या आईच्या भोंगळ वळणावर जाऊ नकोस. मी तिच्याशी लग्न केलं कारण याला माझी सावत्र आई. ती दुसरेपणाची म्हणून माझ्या बाबांनी तडजोड केली. बाबांच्या मागे लग्न लावताना तिनं माझ्यासाठी तिच्या नात्यातली मुलगी बघितली. ती तुझी आई. कोणताही कणखरपणा नसणारी. तूही तसाच. दीदी बरी. ती आमच्या रक्तावर गेली आहे. पण तरीही तसं बिनसलेलंच आहे सगळं.''

बाबांचा चेहरा लालसर झाला.

''तुझ्या आईची स्मृती म्हणून पलीकडच्या वस्तीत आपल्या कुलस्वामिनीचं देऊळ बांधतो आहे.''

पण आई जिवंत आहे अजून असं म्हणायचं का? नरेंद्रनं फक्त त्यांच्याकडे बघितलं.

इतक्यात दीदीचा आवाज आला, ''बाबा, नरेंद्र आई कशी करतेय बघा. लवकर या.''

नरेंद्र चटकन आईच्या खोलीत गेला. आई तडफडून उठायचा प्रयत्न करत

होती. तिच्या अंगावरचं पांघरूण सरकून तिचे सुजलेले, रक्ताळलेले स्तन उघडे पडले. नरेंद्रनं नजर वळवली. दीदीनं पांघरूण लपेटायचा प्रयत्न केला. आई परत शांत झाली. निपचित पडली. दीदीनं तिच्या तोंडात पाणी घातलं. तिचे ओठ हलत होते. दीदीनं तिच्या ओठांपाशी कान नेला. अस्पष्टपणे काही पुटपुटते ओठ तिनं ओले केले. ''के आग बिरहाकी मत लगाना, के जलके मैं राख हो चुकी हूं. . ये राख माथेपे मैंने रख ली के जैसे मंदिरमें लौ दियेकी... ''आईला एवढे शब्द आठवत होते? मरताना? दीदी अचंब्यानं बाजूला झाली. आईचे डोळे मिटले होते.

जामीचा फोन आला. संजा तडक त्याच्याकडे गेला.

''संजा फ्यूजन करूयात. घे ड्रम्स वाजवायला. हे बघ

सहनाववतु. एक बीट. सहनौभुनक्तौ. एक बीट. सहवीर्यं करवावहै. दोन बीट्स. मा विद्विषामहै. तीन बीट्स. देन शिफ्ट टू

*ये मसाइले तसव्वुफ, ये तेरा बयान 'गालिब'*
*तुझे हम वली समझते, जो न बादऽख्वार होता*

*हम मुव्वहिद हैं, हमारा केश है तर्के रुसुम*
*मिल्लतें जब मिट गयीं, आजा-ए-ईमां हो गयीं*

*न था कुछ तो खुदा था, कुछ न होता तो खुदा होता*
*डुबोया मुझको होने ने, न होता मैं तो क्या होता*

फास्ट...''

बीट्स वाढत गेले. दोघेही नव्या दमाने गात राहिले. अचानक संजाचा फोन वाजला.

''नरेंद्र दाभोळकरांची कोणी अज्ञात इसमांनी डोक्यात गोळ्या घालून हत्या केली.''

एसएमएस. अभय. त्याला काहीच समजेना.

संजाचा हबकलेला चेहरा बघून जामी थांबला. त्यानं त्याला खुणेनंच विचारलं.

इथे आपल्या शेजारी, ज्या रस्त्यावरून आपण हजारो वेळा गेलो तिथे आपल्या सगळ्यांना माहिती असलेला, साधे खादीचे कपडे घालून पायी हिंडणारा माणूस,

दिवसा, सकाळी, सर्वांसमोर मारला जातो. निखळ तिरस्कारातून. आपण जामीला काय सांगणार?

आपणच बघत राहतो आपल्याकडे न गुंतता.

समजतो स्वतःला व्हीडिओ गेममधले मोकाट बिंदू.

काहीही इच्छाशक्ती नसल्यासारखे बटणं दाबणाऱ्यांच्या बोटांवर नाचणारे.

तसं नसतं.

आपण माणसं आहोत. विचारशक्ती आहे. आणि इच्छाशक्तीही. हे विसरतो.

मग हे घडतं. इऱॅशनल, आदिम भयगंडाचे विस्फोट.

हे दुभंगणं जाणतोस?

आपल्याच मनातल्या आदिम अंधारात सरपटत चालण्यात

डोकं कापून थाळीत घालून आरतीनंतर फिरवण्यात कसल्या फुशारक्या?

अंधाराला आव्हान देण्याचे प्रयत्न त्यांच्याइतकेच आदिम आणि दमदार आहेत

विसरलास?

संजा जामीकडे पहात राहिला.

अन्यानं संजाला उचलून नरेंद्रकडे आणलं. किती दिवस तो त्याच्या मागे लागला होता. दीदी गेली परत अमेरिकेत. बाबांना काही दिवस बदल म्हणून तिच्याबरोबर अमेरिकेत घेऊन गेली. नरेंद्र एकटाच घरी. बोलत नाहीये. कॉलेजला येत नाहीये. फोन उचलत नाहीये. हे कळूनही संजा येण्याचं नाव घेत नव्हता. त्याला कशाची तिडिक बसली होती कळणं तसं अवघड नव्हतं. साधारणपणे माहिती असतात एकमेकांचे स्वभाव, मतं. त्यातून मग ताण येतात. अन्यानं गाडी थांबवली. संजाला ढकलून उतरवलं गाडीवरून. नरेंद्रच्या घराची बेल मारली. बराच वेळ दार उघडलं नाही. कुलूप नव्हतंच. परत एकदा बेल वाजवली. दार उघडलं, तर भगव्या कफनीत आणि फेट्यात नरेंद्र समोर उभा होता. त्याच्या डोळ्यांत ओळख दिसली नाही. अन्या आणि संजा आत गेले. नरेंद्र त्याच्या खोलीत गेला. टेबलाशी बसला. टेबलावर दोन मोबाईल ठेवले होते. त्यांच्याकडे बोट दाखवत तो म्हणाला, येईलच फोन. तेवढा घेतो. अन्या आणि संजा हबकले होते. त्यांनी भोवताली पाहिलं. भिंती लेखनानं पूर्ण भरून गेल्या होत्या. पार वरती छतापर्यंत काही लिहिले होते. भिंतींच्या कडेनं अनेक पुस्तकं रचून ठेवली होती. त्यांच्यावर पातळशी चादर घालून ठेवली होती. नरेंद्र शांत बसून होता. त्याच्या हालचाली अत्यंत सावकाश होत होत्या.

अजिबात विचलित न होता तो खुर्चीत बसला होता. एकटक फोन्सकडे बघत होता. जणू त्याच्या नजरेनं ते फोन वाजणार आहेत. अन्या आणि संजा समोर उभे होते ते त्याला दिसत होते; पण जाणवत नव्हते. अन्या भिंतीशी गेला.

‘‘सगळ्या प्रकारच्या निरर्थक गोष्टी माझ्या डोक्यात कोंबण्याचा माझ्या वडिलांना काय हक्क आहे? माझ्या शिक्षकाला अथवा माझ्या समाजाला माझ्या डोक्यात हे सगळे विचार कोंबण्याचा काय अधिकार आहे? कदाचित ते विचार चांगले असतील, पण माझ्यासाठी उपयुक्त नसतील. चुकीच्या मार्गाने शिक्षण देऊन लाखो निष्पाप बालकांचा कसा घात करण्यात येत आहे... जगातील या भयंकर अनिष्ट गोष्टींचा जरा विचार करून पहा. आश्चर्यकारक अशा अध्यात्मिक सत्यात ज्यांचे रूपांतर झाले असते असे कित्येक सुंदर विचार व कल्पना या कुटुंबधर्म, समाजधर्म आणि राष्ट्रधर्म यांसारख्या महाभयंकर भावनांनी मुळातच नष्ट करून टाकल्या आहेत. विवेकानंद. माझं जे सगळं नीतिमान वागणं आहे, ते सगळं वागणं हाच देवाचा माझ्या दृष्टीनं असलेला अर्थ आहे. म्हणजे माझं नीतिमान वागणं आणि माझी देव व देवत्वाची कल्पना यांच्यामध्ये अभिन्नता आहे. नरेंद्र दाभोळकर. हिंदुस्थानात गुप्त धर्मसंस्था कधीच अस्तित्वात नव्हत्या. म्हणून अशा प्रकारची जर तुमची काही कल्पना असेल, तर ती तुम्ही टाकून द्या. अशा तऱ्हेच्या गुप्त संस्था अवनत होऊन नेहमीच अति निंद्य गोष्टींना जन्म देतात. या संस्था कोणते भयंकर अनिष्ट घडवून आणतात हे कळण्याइतका मी या जगाचा भरपूर अनुभव घेतलेला आहे. या गुप्त संस्था मोकाट प्रेमाला उत्तेजन देणाऱ्या संस्थांमध्ये आणि भुताप्रेतांशी संबंध असलेल्या संस्थांमध्ये कशा सहजपणे परिवर्तित होतात, हे मला चांगले माहिती आहे. विवेकानंद. वैज्ञानिक दृष्टिकोनाच्या मागे काही मूल्यात्मक आशयही आहेत. वैज्ञानिक विचारपद्धतीमध्येच ते अंतर्भूत आहे. हे मुद्दे असे: एक- सम्यकता, दोन-स्वायत्तता, तीन- शोधकता, चार- निर्भयता आणि पाच- नम्रता. नरेंद्र दाभोळकर. नरेंद्र. नरेंद्र. नरेंद्र. नरेंद्र. नरेंद्र. नरेंद्र.

अन्या चकित झाला. हे सगळं नरेंद्रचं लेखन होतं? सगळ्या भिंती वाचायच्या तर किमान आठवडा लागला असता. सुवाच्य अक्षरात निळ्या रंगानं छताला टेकेपर्यंत लिहिलेली अक्षरं नरेंद्रनं कधी लिहिली? त्याच्या हिस्टेरियाचा भाग होता तो? तो मटकन खाली बसला. संजा गोंधळून भिंतींकडे बघत होता. नरेंद्र मोबाईल्सकडे. अन्याला वाटलं त्या दोन मोबाईल्सच्या टॉवर्सवर दोन नरेंद्र उभे आहेत. हा नरेंद्र शोधतोय. नम्रपणे खाली मान घालून कोणता मेसेज आधी येईल, कोणता फोन आधी वाजेल. मोबाईल वाजल्याशिवाय तो हलणार नाहीये. विज्ञानाची ताकद

पणाला लावून तो त्या मेसेजेसची वाट बघणार आहे.

संजा खवळला होता. ''अन्या, बोलत का नाहीस तू त्याच्याशी? माझं तो ऐकणं अशक्य आहे. आणि मलाही त्याच्याशी अजिबात बोलायचं नाहीये. कुठे गेले ते अभय, केशव? कुठे गेले?''

अन्यानं बोलायला हवं हे खरंच. कारण त्याला बरंच काही समजतं. नरेंद्रचा मनोभंग समजून घेतोय तो. संजाला ते दडपण कळणं अवघड आहे. अन्याला माहितीय ते दडपण. कसं? या सगळ्या लेखनाचा निवेदक तोच आहे. अन्या. स्वतःकडेच बाहेरून बघणारा. स्वतःला स्वीकारायची कमाल धडपड करणारा. ती कमी पडते आहे म्हणून हताश होणारा. चेहेऱ्यावरून हात फिरवून तो पुसून टाकतो सगळा ताण. कचरा गोळा करणाऱ्या बाईसारखं सगळं जगच कंगाल. युद्धांच्या, विध्वंसाच्या कचराकुंड्या झाल्यासारखं हे जग. जागोजागी नुसताच कचरा. त्यात काही मिळतंय का खायला ते शोधणारं जग. आमच्या जन्मापासून शतखंडित होत जाणारं जग बघत वाढलो आम्ही. इतिहासही सरळपणे समोर येत नाही आमच्या. तुकड्यातुकड्यांनी भोवती फिरत राहतो. गणपती वर्षानुवर्षं बसत राहतात. कॉम्प्युटर आले की त्यातही जाऊन बसतात. तसे इतिहासाचे तुकडे हिमनदीसारख्या वाहणाऱ्या काळात इथे तिथे तरंगत राहतात. दाभोळकरांची हत्या झाली ती गणपतीच्या आधी ना? आता मी सांगतो आहे तेपण, ती हत्या गणपतीच्या आधी झाली खरंतर. रक्षाबंधनाला. नेमका दिवस. त्यानंतर जी सणांची आणि उत्सवांची रीघ लागते त्यात दुःख करायला वेळ राहणार नाही अशा दिवशी. ती हत्या झाली आणि तरीही गणपती नव्या दमानं उफाळून येतात. गेल्या वर्षीसारखेच. दरवर्षीसारखेच. जणू काही मध्ये कोणीच काहीच म्हटलं नाही, घडलं नाही असं. गणेशोत्सवात मोठी होर्डिंग्ज लागतात, वांझ बायकांना मुलं होण्यासाठी मंत्रोपासना देणाऱ्या ताईंची. वास्तुशांतीसाठी लकी ठरणाऱ्या स्टोन्सच्या जाहिराती टी.व्ही.वर दिमाखानं झळकतात. नरेंद्र दाभोळकरांची हत्या आम्ही किती वेळा केलीच होती की. गणपतीच्या आधी आणि गणपतीनंतर अजूनही करतो आहोत. तेव्हा काय फरक पडतो काळाचे तुकडे इतस्ततः विखुरल्यानं? आपल्या गौरवशाली परंपरा मिरवताना काळाचा नाही पडत फरक. नरेंद्रच्या आईसारख्याच त्या आधुनिकतापूर्व काळाला आधुनिकोत्तर काळात बसवतात आणि गात राहतात. तेव्हा काय फरक पडतो? गणपती आधी की नंतर? गणपती येत राहतात अशा अनेक दाभोळकरांना पचवून. नरेंद्रची छिन्नमनस्कता कदाचित त्याच्याच मोबाईलनं काळ सुसंगतपणे लावला तर ताळ्यावर येईल. उत्सवांची झिंग उतरलेल्या शिथिल शहरात आता कोणत्या

तत्त्वांचा ताठपणा येणार? अन्या कसा आणि कुठे बोलणार? या शहरात मी कुठे आहे? अन्या आहे? अन्या असायला हवा आहे? कशासाठी? जामीचा गालिब मनात येत राहतो. जगण्याच्या दुःखाला थोडी ग्रेस मिळते.

*हमको मालूम है जन्नतकी हकिकत, लेकिन*
*दिलको खुश रखनेको 'गालिब' ये खयाल अच्छा हे।*

*बस कि दुश्वार ही हर कामका आसां होना*
*आदमी को भी मयस्सर नहीं इन्सां होना।*

*कैदे हयातो बंदे गम अस्ल में दोनो एक है*
*मौत से पहले आदमी गम से निजात पाए क्युं ।*

*गालिबे खस्ता के बगैर कौन से काम बंद हैं*
*रोइये जार जार क्या, किजिए हाय हाय क्युं ।*

# मिताची रामप्यारी

सकाळची वेळ. समोरच्या सावंतबाईंच्या बंगल्याच्या आवारात उन्हं टपटपतात. अंगण उखीरवाखीर आहे. बंगल्याचा रंग उडालेला. गच्चीच्या कठड्याचं रेलिंग कुठे कुठे तुटलेलं. जिन्याच्या पायऱ्या सिमेंटचं आवरण उखडून झोक जात चालल्यासारख्या चाललेल्या. अंगणातलं आंब्याचं झाड गाठीगाठींच्या फांद्या आणि काळपट हिरवी मुरडदार पानं सांभाळत समोरच्या फणसाच्या झाडावर रेललंय. फणसाला साधारण डिसेंबरपासूनच भरतं येतं. कुठेकुठे हिरवीचिट्ट पानं फुटत राहतात. त्याच्या उंचीला जिकडून तिकडून लडिवाळ गुदगुल्या केल्यासारखी. अचानक बाळफणसही खोडातून बाहेर पडतात. तो रंग इतका कोवळा असतो, की त्यांच्या अंगावरचे काटेही लाडिक होतात. खोडाला एखादी चीर गेली की त्यातला गंजासारखा तांबूस रंग आतून उलतो. बाकी आपली पिलावळ सांभाळत कढीलिंब असतोच अशा प्राचीन अंगणात. बंगल्याच्या अंगाखांद्यावर सायली, जुई-जाई चढवण्याच्या कल्पना एकदम लोकप्रिय असण्याच्या जमान्यातला तो बंगला. त्यामुळे काहीसा मंद दरवळ पाचोळ्यात मिसळून जातो. मिताही त्या दरवळात मिसळून जाते. लहानपणी आजीच्या अंधाऱ्या घरात देव्हाऱ्यात अर्धवट सुकलेल्या फुलांचा वास यायचा. तो वास तिच्या पूजेच्या वेळी आडवं लावलेल्या सोवळ्यालापण यायचा. किंचितसं घुसमटलेपण मनात दाटून येणारं. हे सगळं बसून बघायला राघव असावा असं मनातही येत नाही आताशा. कारण  हे असं सगळं शांतपणे बघायचं

असतं हे राघवच्या समजण्याच्या पलीकडचं आहे. तो वर्तमानपत्र कराकरा वाजवत, ''बघा! रिकामपणाचे उद्योग'' म्हणेल आणि वर्तमानपत्रातल्या बातम्यांवर बोलायला लागेल. पण हे असं रिकामपण दिवसाकाठी काही वेळ असायला लागतं हा मिताचा ठाम विश्वास आहे.

सावंतबाई अजूनही तडतडीत. साठ–पासष्टीच्या असाव्यात. नवरा जाऊन दहा–पंधरा वर्षं नक्कीच झाली असावीत. कारण ज्या अधिकारानं त्या त्यांच्या बंगल्यात आणि बंगल्याबाहेरच्या आवारात एकट्याच दिमाखात वावरतात ते अगदी त्यांचा जन्मसिद्ध अधिकार असल्यासारखंच वाटतं. इतर कोणाच्या दडपणाची सावलीदेखील त्या वावरावर नसते. मिताची नजर अभावितपणे बेडरूममध्ये झोपलेल्या राघवकडे जाते. तिचा सकाळचा एकटीचा एक चहा डिस्टर्ब होऊ नये असं म्हणत ती परत एकदा अंगणात जाते. सावंतबाई पारिजातकाची फुलं वेचायला येतीलच आता. मुलगी बाळंतपणाला आली आहे. आणि त्यांच्या मनीलाही पिल्लं झाली आहेत. त्यामुळे त्यांना बोलायला बराच हक्काचा श्रोतृवर्ग उपलब्ध आहे. शिवाय त्यांचा तो लोठ्या बोका त्यांचं बोलणं ऐकून घेतो आणि त्याला दूध हवंय असं सांगतो. ते पिऊन तो इथं मिताच्या खिडकीसमोरच्या छज्ज्यावर ताणून देतो. दूध ते दूध अशा वेळापत्रकात तो सुस्त असतो. सावंतबाई त्या बोक्याची आई स्कूटरखाली आल्यानंतर आकांत करत रडलेल्या मिताला आजही आठवतात. इतकं प्रेम करता येतं? तेही एका मांजरावर? मितानं परत एकदा राघवच्या दिशेनं नजर टाकली. रात्री बोक्यासारखेच वेगळे लडिवाळ आवाज निघतात त्याच्या खरबरीत गळ्यातून. नंतर तसाच सुस्त. मितानं निर्लेप मनानं त्याच्या अख्ख्या देहावरून नजर फिरवली. कुठे शेपटीचा गोंडा हलताना दिसतोय का ते बघत. त्याच्या पांघरुणाखाली काही हालचाल झाली आणि तो परत झोपून गेला. साडेसात म्हणजे साडेसात ही त्याची उठण्याची वेळ.

मिता पाचला जागी होतेच होते. पाणी भरून ठेवायचं तर पाचला उठावंच लागतं. शिवाय साडेपाचला दुधाच्या गाड्या यायला लागतात. म्हणजे मग दूध आणणे, आदले दिवशी रात्री चिरून ठेवलेल्या भाज्या बाहेर काढून ठेवणे. कणिक मळणे. कोशिंबिरी करणे, नवी भिजवलेली कडधान्यं मोडासाठी दडपून ठेवणे, मुलांच्या अभ्यासाची शहानिशा करणे, क्लासेसची फी भरणे. चिन्मयीच्या नाचाच्या क्लासचा कार्यक्रम आहे पुढच्या शनिवारी त्याचे कपडे आणायचेच आहेत; शिवाय रोहनची ट्रीप आहे त्याच्या खरेद्या. परवा सासूचा फोन आला होता, गौरींसाठी खरेद्या करायच्या आहेत आणि अमेरिकेतल्या नणंदेला काही गोष्टी पाठवायच्या

आहेत म्हणून. राघवला म्हटलं की त्यानं जावं आईला घेऊन आणि खरेद्या उरकाव्यात. ते त्यानं अर्थातच ऐकून न ऐकल्यासारखं केलेलं. सासूचा आणखी एक फोन आज अपेक्षित आहे. आपल्या परंपरा समजून सांगणारा. इथल्या तुळशीबागेतून गौरीसाठी कंबरपट्टे आणि जिगाचे दागिने आणणं आणि ते श्रीसूक्ताच्या पोथ्यांबरोबर अमेरिकेला रवाना करणं म्हणजे आपली परंपरा सांभाळणं असं ऐकलं, की मिताला रेशीमगाठी मारल्यासारखा पीळ पडतो मनाला. नणंद एड्सवर संशोधन करते आहे अमेरिकेत. त्यावरचं औषध बाजारात येण्याची शक्यता आहे. आणि यांचा गौरी बसवण्याचा आग्रह चालूच. काय म्हणायचं काय? म्हणूनही उपयोग नाहीच. आपणच म्हणून म्हणून थकायचं. नणंदेनं चिन्मयीसाठी पाठवलेलं बाहुली-घर चिन्मयीनं मांडून ठेवलं आहे त्यांच्या बेडरूममध्ये. मिताला तिचं स्वतःचं घरच बाहुली-घर वाटायला लागतं. चौथी भिंत काढून घेतली असली तरी बाहेर पडायला जिनेच नाहीत. सतत शोकेस केलेलं. ती उठते. कॅलेंडर बघते. सप्टेंबरमधले चौकोन सगळेच कशाकशानं भरून गेले आहेत. आपली संस्कृती म्हणजे एक सणा-उत्सवांनी घट्ट सजलेलं बाहुली-घरच आहे. ती यांत्रिकपणे उठते. कुकर चढवते. काकडी, टोमॅटो, गाजर चिरायला घेते. भाजी फोडणीला टाकते. कणीक मळते. तांदूळ धुऊन ठेवते. कुकरची शिट्टी ऐकण्याकडे एक कान आणि मुलांच्या खोलीकडे एक कान. राघवनं त्याचा कालचा डबा सिंकमध्ये ठेवलेला असतो तो धुवायला घेते. त्यावर अनेकदा बोलणं झालं आहे खरंतर. तो त्याचा डबा घासून टाकेल याची ती दुसऱ्या दिवशीपर्यंत वाट बघते. मग सकाळी आंबट वास येणारा तो डबा घासून टाकते. गिझर लावून देते. शाळेतून येताना आणायच्या गोष्टींच्या यादीत दोन फुलस्केपच्या वह्या आणायचं लिहून ठेवायला हवं. दहावीचा अभ्यासक्रम बदललाय अगदी. पण त्यात वैज्ञानिक संकल्पना मांडताना कुठेच नीट तर्क वापरलेला नाही. त्याची फेरमांडणी करायला हवी आणि काही स्पष्टीकरणंदेखील टाकायला हवीत. चाफेकरांचा फोन होता परवा, मार्गदर्शक लिहिता का म्हणून. खरंतर लिहायला हवं. विज्ञानाला विस्कळीतपणे मांडलं तर त्याचं प्रयोजनच फसतं. तिच्या डोक्यात एक आकारबद्ध मांडणी रचायला लागते. चाफेकरांकडे उद्या जायचंय चर्चा करायला. पण हे घरातलं सगळं नीट पार पाडलं की मग आपले उपद्व्याप. तिला तिच्या अस्वस्थतेतही त्यागाचं समाधान लाभतं. ते नाही लाभायला पाहिजे खरंतर. आतून तिचं तिला गुपचूप वाटत असतं.

सकाळ झाली. तिचा अवकाश एकदमच आक्रसला. राघव उठला. रोहन उठला. चिन्मयी उठली. आय ॲम अ कॉम्प्लान मॉम. दोघांचं कॉम्प्लान. शिवाय

तो राघवच्या तब्येतीचा रखवाला चहा. सात औषधींचं मिश्रण असलेला. म्हणजे तिला कपच मिळणार. मोठ्ठा. नवरा तंदुरुस्त ठेवल्याबद्दल. डबे भरते. राघव पहिल्यांदा बाहेर. नंतर मुलांच्या रिक्षा. मग तिची शाळा. मध्ये एक दहा मिनिटांची सुंदर फट मिळते. तिच्या स्वयंपाकघराच्या खिडकीतून बघते. रामपुकार आला नाही अजून? आणि रामशरण? सकाळी सकाळी अशी नावं तोंडात येण्यासाठीच मुलांचे राम करून टाकत असणार. राघव. खरंच की. राघवही तसंच नाही का! आपल्यालाही मिताऐवजी सीताच म्हणायला हरकत नाही. जेथे राघव तेथे सीता... निरोप कसला आता घेता...घ्यायची सोय नाही, घराचं कर्ज दोघांच्या नावावर आहे म्हणताना! ती खाली बघते. शहाळ्याच्या गाड्यांवर उन्हाची रांगोळी उमटायला लागलेली होतीच. गाड्यांवरची शहाळी मात्र अजून घट्ट प्लॅस्टिकमध्ये बांधून पडली होती. रामपुकारचा हात लागला की तकतकीत हिरवी, तपकिरी केशरट, मातकट हिरवी शहाळी गडबडा लोळायची सावंतबाईंच्या अंगणात. रामपुकार आणि रामशरण दोघांच्याही गाड्या रात्री ठेवू द्यायच्या बदल्यात ते सावंतबाईंचं अंगण झाडून काढतात. त्यांचे शहाळ्यांचे लडदू घरंगळायला मोठ्ठंच अंगण होतं. पोरांना असं घरंगळायला मिळालं पाहिजे नाही? ती शहाळ्यांना म्हणते. चकाचक मांडलेल्या फ्लॅटमधे राहून अगदी हिंस्त्र होतात ती. सहज, गडाबडा लोळत, मजेत काही करता येत नाही, लोळता येत नाही, उड्या मारता येत नाही याचा राग काढत राहतात कुठेकुठे. अनेकदा स्वतःवरच. स्वतःलाच स्पायडरमॅन, सुपरमॅन, शक्तिमान वगैरे बनवत मारामाऱ्या करत राहतात व्हर्चुअल.

रामशरणनं गाडीला बांधून ठेवलेली नायलॉनची दोरी सोडली. रामपुकारनं त्याच्या गाडीवरचं प्लॅस्टिक गाडीसमोर अंथरलं. रामपुकारचा गडद निळा टीशर्ट आणि त्याला गळ्याशी पांढरी किनार. रामशरणचा पिवळाजर्द टीशर्ट आणि त्यावर लाल, काळे पट्टे. कुठून येत असतील हे लोक? आपलेच असले तरी परके. रस्त्यावर दिसतात उभे नंतर त्यांचं काय होतं याची चिंता आपल्याला नसते. राघवला नसते आपली चिंता तशातला प्रकार. म्हणजे स्वयंपाकघर देऊ केलं आहे त्याखेरीज इतर काही लागतं का, हे मनात येत असेल का त्याच्या? ते गरजेचं नसतं. त्यांचं रूटीन सांभाळण्यासाठीच जणू आपला जन्म झालाय, अशा खात्रीनं ते मजेत असतात. सकाळ झाली की सगळे उठून टेबलाशी येतात. त्यांचे नाश्ते खातात. डबे घेतात. नाश्त्याच्या बशा आणि वाशेळे डबे उचलायला, घासायला बाया आहेतच घरात. आपल्या मनाला एक प्रकारचा निबरपणा येत चाललाय. त्यात धप्प आवाज होतो. कोणताही विचार पडला तरी. बाहेर रामशरणनं शहाळी गाडीवरून खाली

टाकायला सुरुवात केलेली दिसतेय. दोघंही आपल्या दोन्ही गाड्यांवरची सगळी शहाळी काढतात दररोज. परत एकदा रचतात नीट. आपला आणि त्यांचा दोघांचाही दिवस सुरू होतो. मिता रामशरणला हाक मारते.

‘‘कैसे हो रामशरण?’’

‘‘ठीक हूँ बाईजी. शहाला दूं क्या आजका?’’ रामशरण विचारतो.

‘‘हाँ, दो ना.’’

रामपुकार चार शहाळी घेऊन वर येतो.

‘‘कैसे हो रामपुकार? ठीक?’’ मिताला रामपुकारशी काही बोलणं गरजेचं वाटत असतं. नुसता धंदा नाहीये हा. पैसे घ्या शहाळी द्या म्हणणारा. पण काय बोलायचं? असा प्रश्नही असतोच.

‘‘हाँ, बिलकुल बाईजी.’’ रामपुकार खाली बघत सांगतो.

रामपुकार काहीसा लाजरा आहे. खाली बघत बोलतो. त्याचं काही कळत नाही. तिच्या गप्पा रामशरणशी. त्यानं नुकतंच यूपीतून कुटुंब हलवलंय. मुलांना शिकवायला बरं पडतं पुण्यात म्हणून. पुण्याची ख्याती इतक्या दूरवर तळागाळापर्यंत पोहोचली आहे, याचं नवल वाटलं होतं मिताला. राघव सारखा कुरकुर करायचा, आरक्षणानं शिक्षणक्षेत्राचं वाटोळं केलंय म्हणून. त्याच्या मते पुण्यातल्या शिक्षणाला दर्जाच नाही. सासरे दर रविवारी घरी येऊन मुलांना भारतात राहणं कसं नुकसानीचं आहे हे पुन: पुन्हा सांगत राहतात. त्यांचा जावई जर्मनीला असतो म्हणताना त्यांच्या मुलाचं भारतात होणारं नुकसान त्यांना बोचत असतं. पण म्हातारपणाला मुलगा जवळ आहे, हे सुखावतही असतं. मिताला काही भूमिका नाही. आत्तातरी मुलं भुईतून वर येताहेत. पुढचं पुढं! राघव आणि त्याचे वडील या दोघांना काहीही सांगितलं तरी पालुपद शेवटी आरक्षणाशी येऊन थबकतं. मिताची पोस्ट गेली तीन वर्षं टेंपररीच आहे कारण आरक्षण. पण ती आरक्षित पोस्ट आहे म्हणताना ती आरक्षितच राहील ना? या मिताच्या प्रश्नावर विज्ञानाचा अभ्यास झेपणारे आरक्षणातले उमेदवार यांना कुठून मिळायला! हे पूर्ण विश्वासानं फेकलेलं विधान. गाईड्स लिहायचा व्यवसाय तेजीत आहे सध्या असं चाफेकर हसून म्हणत होतेच. असणार नाहीतर काय! सगळ्यांनाच शिकायचं असतं अलीकडे. अगदी कुणालाही. कामाला येणाऱ्या बाईच्या मुलांनाही कॉम्प्युटर इंजिनिअर व्हायचं असतं. त्यामुळे कितीही गाईड्स खपणारच. आपण ती लिहायची की नाही ते आपल्यालाच ठरवायला लागेल. चाफेकर आग्रहानं सांगतात.

मिता रामपुकारला विचारते, ‘‘शादी वादी हुई है?’’

''नहीं बाईजी.''

रामशरणची झालीय.

रामपुकार जातो. मिता शाळेला जायला निघते. रामशरणची शहाळ्यांची रास लावलेली गाडी तिला आडवी येते. रामशरण मोकळा हसतो. मिता स्कूटी थांबवत किंचित विसावते.

''आज किधर लगानी है गाडी?''

''आज, रत्ना हॉस्पिटलके बाहर. वहाँ अच्छा रहता सेल. लेकिन अपनेही लोग ठहरते वहाँ तो फिर दीनानाथतक जाना पडता है.

''और घर बच्चे ठीक?''

'' हाँ बाईजी.''

''स्कूल जाते हैं ना सभी बच्चे?''

''हाँ. बेटियाँ पासवाले मुनिसिपल इस्कूल जाती हैं और बेटा इंग्लिस इस्कूलमें पढता है.''

''इंग्लिश? कोणत्या?''

''वो इंटरनॅसनल इस्कूल है ना, वहाँ.''

''फिर लडकियां नहीं गयी वहाँ.''

''नहीं. वो मुनिसिपल इस्कूल जाती हैं. लडकियोंपे खर्चा तो सादीमें करेंगे, इस्कूलपे क्या करना है करके? लडकियाँ पढकेभी क्या करेंगी? वो तो जानी हैं. बेटा पढे तो बडा होवे, है ना?'' रामशरणच्या बोलण्यात एक आदब आणि एक खातरी असते. आपली मतं पुराणी असू शकतात अशी शंकाही मनाला शिवत नाही त्याच्या. मिता तर बोलूनचालून बाईच. तेव्हा तिच्या आर्थिक संपन्नतेपुरती आदब असली तरी मतांना ती राघवसारखी खातरी.

ते सेमिनार वगैरे बकवास असतात, तुला कशाला जायचंय पेपर वाचायला? घरी बस त्यापेक्षा, गाईड लिही. राघव सांगू शकतो तिला असं.

रामशरणनं लग्न झाल्यावर रामप्यारीला– त्याच्या बायकोला आणलं होतं घरी मिताच्या निमंत्रणावरून. तेव्हा ती एवढीशी मुलगी होती. नाकापर्यंत पदर ओढून घेतला होता. तिला आता दोन मुली आणि एक मुलगा इंटरनॅसनल इस्कूल जानेवाला! मिताला हसू आलं. रामशरणपण हसला.

रामशरणनं गाडी थोडी बाजूला घेतली. नेहमीचा रद्दीवाला प्रेझेंटेशन बॉक्सेसचा रद्दी ढीग रचून गाडी ढकलत येत होता. गेली दहा वर्षं बघतोय आपण त्याला, नाही का? मिताच्या मनात वर्षांचा हिशेब आला. रद्दी विकणारे रद्दी विकत राहातात.

शहाळी विकणारे शहाळी विकत राहतात. भंगार विकणारे भंगार विकत राहतात. शिकवणारे शिकवत राहतात. गौरी-गणपती बसवणारे गौरी-गणपती बसवत राहतात. हे सगळं असंच असेल तर आयुष्याचा अर्थ काय? आपण प्रश्न करायला हवेत. आपल्यालाच.

''रामप्यारीको याद बोलना मेरी.'' असं रामशरणला म्हणत मिता निघाली. रामशरणला माहिती असू दे रामप्यारीची चौकशी करणारी बाई आहे म्हणून.

सिग्नलला गाडी थांबवली तेव्हाही मिताच्या डोळ्यासमोर ती रामशरणची बायको होती एवढीशी. तिनं विचारलं होतं ''साँस कुछ बोली नहीं क्या तुम्हें यहाँ आयी तो?''

''बडीवाली साँस कुछ नहीं बोली लेकिन छोटीवालीने बहुत हंगामा किया.''

तिला दोन सासवा होत्या? तिनं ते स्पष्टपणे विचारलं नव्हतं. रामशरण बसला होता शेजारी तिच्या म्हणून. पण दोन लग्नं केल्याचा आणि ते बोलून दाखवायचा संकोच आपल्यालाच असू शकतो त्यांना नाही, असं तिच्या मनात चमकून गेलेलं तेव्हा. मिताच्या एम.ए.च्या वर्गात राणावत होती तिनं सांगितलं होतं तिला एकदा, की तिला दोन सासवा होत्या. ''इतना अनयुजवल नहीं है ये हमारे यहाँ. पैसा, जायदाद हो तो ठीक चलता है.'' मग तुझा नवरापण करेल काय दुसरी बायको? असं विचारलं होतं तेव्हा ती हसली होती. म्हणाली होती, ''क्या पता! रामजीके सेवक हैं तो शायद नहीं करेंगे. पता नहीं. रामजीके सेवक हैं रामजी नहीं.'' ती मस्त होती. एम.ए.च्या वर्गात तसा तिच्यावर बहिष्कारच होता. बऱ्याच अफवाही होत्या ती रात्र रात्र पार्ट्या करते. हॉस्टेलवर राहत नाही सलग आठ दिवससुद्धा. एकदा मितानं तिला घरी जेवायला बोलावलं होतं तेव्हा म्हणाली होती, ''लकी हो महाराष्ट्रमें जन्मी हो तुम लोग. हमारे यहाँ इतनी फ्रीडम नहीं मिलती लडकियोंको. वैसे तो दूध पिलानाही पसंद है बच्ची जन्मी तो. हमें जीने दिया तो वही काफी लगता है.'' हे तेव्हाचं. आता ती काय म्हणेल? राजस्थान की महाराष्ट्र मुलींना जन्माला यायला बरा? महाराष्ट्र सुधारक होताच. स्त्री-भ्रूणहत्यांत वरचा नंबर असला तरी. जोहार वगैरेच्या गोष्टी महाराष्ट्रात ऐतिहासिक गौरवकथा म्हणून चवीनं सांगितल्या जात असल्या तरी...तसा सुधारकच म्हणायचा. कशामुळे? मिताला लहानपणी वाचलेल्या पद्मिनी वगैरे कथा आठवत होत्या. भयंकरच प्रभावी. पु. भा. भाव्यांचं महाराणी पद्मिनी नाटक गॅदरिंगला शाळेत बसवलं होतं तेव्हा पद्मिनीचा नवरा झाली होती मिता. मग तो अल्लाउद्दीन खिलजी हसत हसत पद्मिनीला आरशात बघायला

येतो त्याची दाढी कुरवाळत वगैरे भयंकर नाट्यपूर्ण. तेव्हापासून मुसलमान म्हणजे हे असे दुष्ट दाढीवाले आणि राजस्थान म्हणजे त्या थोर जोहार करणाऱ्या स्त्रिया असं समीकरण साधारणपणे १९७७ मध्ये रूपकँवरला सती घालवेपर्यंत बरंच प्रेमाचं वाटायचं. आपला गौरवशाली इतिहास त्यातल्या थोरथोर स्त्रिया वगैरे. पण इतिहास आणि वर्तमान यात काहीतरी वाटचाल असते ना? की इतिहास प्रेतागारातल्या बर्फात जतन करता येतो? मग त्यांचं प्रदर्शनही मांडता येतं? ते वर्तमानात नव्यानं पॅकेज करून विकता येतं? १९७७ मध्ये रूपकँवरला जाहीर सती आणि इकडे पुण्यात मंजुश्री सारडा आणि शैला लाटकरना घरातल्या घरात जाळून सती. राजस्थानचा इतिहास जम बसवणार तेव्हा मग स्त्री चळवळी भारतात झाल्या आणि तो गौरवाचा पर्स्पेक्टिव्ह बदलला. नंतर राणावत भेटली. कदाचित म्हणूनही राणावत भेटली. स्त्रीमुक्ती वाचली नसती पेपरांतून तर राणावतला आपण फक्त एम.ए. च्या वर्गातच ठेवून दिली असती, नाही? ती एम.ए. संपल्यावर जाताना तिच्या घरी आली होती. स्कर्ट घालून. ''घर जाऊंगी तो घुंघटमें रहना पडेगा.'' म्हणत हसली. मिताला तीच गौरवशाली वाटली होती. इथे एम.ए.ला कशी काय आली होती ती? तेव्हा असं काही डोक्यात आलंच नव्हतं विचारायचं.

दुसऱ्या दिवशी सकाळी परत एकदा दिवस सुरू. राघवनं तिला घट्ट धरून ठेवत म्हटलं, ''झोप गं. रविवार आहे.'' पण सकाळी सकाळी परत एकदा रात्रीचा शृंगार नकोसा वाटायचा. शिवाय राघवला कंडोम वापराचा कंटाळा. त्यानं ऑपरेशन करून घ्यावं या मिताच्या आग्रहाला त्यानं उडवून लावलं होतं. दोन बाळंतपणं मी केली, तू एक ऑपरेशन करून घे हे मिताचं म्हणणं राघवला मान्य नव्हतं. मितानं ते लावून धरलं होतं खरं; पण आता दमून जाऊन आपण करून घ्यावं ऑपरेशन अशा निर्णयाला ती पोहोचली होती. आपण ऊपजाऊ आहोत ही भावना खरंच किती हवीशी असते? खरं तर ताणाचीच असते. राघवला असं शहाळीवाल्यांसारखं वर्षं वर्षं बाहेर राहावं लागलं असतं, तर त्यानं काय केलं असतं? आणि आपणही? आपल्याला कदाचित बरं वाटलं असतं काय? क्षण एक पुरे प्रेमाचा... तो क्षण आपला आपण भोगू शकतोच की. इतर कोणी कशाला लागतं? आणि प्रेम हे असलं क्षणिक असायला मिताची हरकत होती, तीव्र. ती उठली. राघवनं परत एकदा तिला घट्ट पकडलं. तिनं हात सोडवून घेत म्हटलं, ''अरे पाणी भरायचंय प्यायचं.'' राघवनं कूस बदलली. मिताला सुटल्यासारखं झालं. ते शहाळीवाले तिथे कामाला लागले की मिताला बरं वाटतं. आपण आपली कामं करायची. त्यांनी त्यांची. गप्पा मारायच्या चार. निरुपद्रवी. आणि कामाला लागायचं. काम

करणाऱ्यांमधला संवाद, अगदी साधा, पण मोलाचा. सारखा कोणाचा अहंकार, अपेक्षा, आग्रह यांना जपत काढायचा मार्ग नव्हे. कोणाला रिझवायचं ओझं नाही. भाषा थेट. साधी. सरळ.

राणावत जगली तसंच दुहेरी आयुष्य आपण जगतो आहोत काय? मितानं चहाचं आधण ठेवत स्वतःलाच विचारलं. राणावतइतकं नाही. खरंतर नाहीच. राघवकडून रामपुकार, रामशरणकडे बघतो म्हणजे काय तीर मारले! मिताला हसू आलं. राणावतशी जरा जास्त मैत्री असती, तर तिनं तिच्या साहसांबद्दल सांगितलं असतं आपल्याला. पण ती साहसं म्हणजे खरंच सुटका असते का? पार्ट्या, दुसरे पुरुष, मित्र-मैत्रिणी हे सगळं तेवढ्या तेवढ्यापुरतं बघता आलं नसतं आपल्याला. आपल्यालाही खोलवर जाणारं, अतूट, शाश्वत, कर्तव्यदक्ष असंच काहीतरी हवं होतं. आपल्या आई-वडिलांचा आदर्श समोर असतो. मग वेगळं काही करायला, म्हणायला जमत नाही. भीती वाटते. राघवला हो म्हणताना किती काळ विचार केला होता तिनं! पुरता महिना घेतला होता. मन नक्की काय म्हणतंय हे कळत नव्हतं. आई-बाबांबरोबर मुलगी बघायला आलेला इंजिनिअर मुलगा आपण एका दिवसात आपला नवरा म्हणून कसा स्वीकारायचा? पण हेच म्हणत तिनं लग्न लांबवलं होतं. नाही करायचंय असं एका क्षणात म्हणत. प्रेमात पडायची आपली क्षमता नाही. सिनेमात दाखवतात तसं शक्यच वाटत नाही. म्हणताना पाहून सवरून, बोलून, ठरवून लग्न करायला पर्याय नाही. लग्न करायचं तर तडजोडी असतातच. पण त्या कोणत्या मुद्द्यांवर हे बोलता यायला हवं. ती प्रयत्न करायची पण सगळी गोचीच होती. हुंडा देणार नाही. मोठा खर्च करून लग्न करणार नाही. लग्नाचा खर्च अर्धाअर्धा करायचा. हे सगळं मान्य असल्यावर आता राघवला नाकारायला काय मुद्दा राहतो? या प्रश्नाचं उत्तर न मिळाल्यामुळे तिनं लग्न केलं होतं. कायदेशीर तरतुदी आमच्या बाजूनी पूर्ण केल्यावर आता तुम्हीही त्या पूर्ण करा असं म्हणण्यासारखं आपलं लग्न. पण लग्न तर तसंच असतं ना? प्रेम वेगळं असतं.

असतं का प्रेम वेगळं? तिला परिमलची आठवण झाली. केवढ्या विरोधाला न जुमानता पळून जाऊन केलेला प्रेमविवाह! पण पार घटस्फोटापर्यंत गेला होता. तीव्र भावनिक गुंतणुकीची भीतीच होती मिताला. पण तरीही कर्तव्याला कर्तव्य असंही नसावं ना नातं? नाहीतर कसं असावं? ती भयंकर वैतागली. उलटसुलट भाजल्या जाणाऱ्या पोळीसारखं तिचं मन चटके घेत होतं; पापुद्र्यातून वाफ बाहेर टाकत होतं. किती नितळ, सुंदर आहे तुझा देह! असं राघवनं म्हटल्यावर मोहोरून गेली होती ती. पण तोच देह घरादाराची स्वच्छता, स्वयंपाकपाणी, येणीजाणी,

पाळी, बाळंतपणं, पोरांची हागणीमुतणी, धुणीभांडी करताना मळतो, थकतो, कंटाळतो हे लक्षात येत नव्हतं? त्या देहाला कुठेतरी मनाच्या स्वप्नांचं अस्तर असतं तेही लक्षात येत नव्हतं? कदाचित विज्ञानाचं एक सुरेख प्रारूप उभं करता आलं असतं नात्यातून. सुरेख रॅशनल. मोकळेपणानं बोलणारं. ऐकणारं. सांगणारं. तपासणारं. नव्यानं संवाद करणारं. गिव्हन हायपोथेसिसना सांभाळत बसण्यापेक्षा नव्या हायपोथेसिसवर काही उभारता येते आहे का, हे बोलून ठरवता येतं. पण उत्सुकताच नाही. उलट नवीन काही करून बघण्याबद्दल शंकाच. रागही. मुळात भीतीच.

गौरी–गणपती झाले. साग्रसंगीत. दहा दिवस. हे सगळे सण, उत्सव तिला ताणाचेच वाटतात. गणपतीतली रस्त्यावरची गर्दी आणि आवाज, बटबटीत, भडक गोंधळ. घरात दाही दिवस गुरुजींना बोलावून केलेल्या पूजेत त्या दहा दिवसांच्या पाहुण्याशी बोलायला मिळायचं नाही. गौरींचं वेगळं. त्यांची पोटं भरताना, साड्या नेसवताना, सजवताना स्पर्श होत. त्यातून ती त्यांना बरंच काही सांगायची. पण मग सगळंच तेवढंच. मोदक, पुरणपोळ्या, पडवळाची कढी, घोसाळ्याची भाजी, डाळीचा चटका... आणखीही बरंच काही. एवढंच दाही दिवस. ‘‘बामण खाण्यात एकदम तय्यार!’’ असं म्हणत राघव पोटभर खाणार आणि हसणार. नेहमीचंच. सगळं तेच. नेहमीचंच. वर्षानुवर्षं. ज्ञानाचा देव ना गणपती? मग बघा ना जरा भोवती. प्रदूषण. नद्यांचं केविलवाणेपण. भूगर्भजलाची खालावत चाललेली पातळी. जरा वैज्ञानिक उपाय शोधा. ‘‘आपले पूर्वज काही कमी ज्ञानी नव्हते. माणसाच्या धडावर हत्तीचं शीर बसवणारे प्लॅस्टिक सर्जन होते. इ. स. पूर्व दहाव्या शतकात याज्ञवल्क्याच्या आश्रमात दहा हजार विद्यार्थी शिकत होते.’’ सासरे सांगतात. तिला गेली दहा वर्षं. आता चिन्मयी आणि रोहनला. सासूबाई त्यांना कौतुकानं गोविंदविडा देत त्यांच्याशेजारी बसतात. मंडई गणपतीच्या शारदेसारख्या. हेच ते सुखी परिवाराचे परिपूर्ण चित्र? एक भ्रांतिका असते. सुखाच्या चित्राची. ती भ्रांतिका असते तेव्हा आपण त्यात आभासी जगत असतो. जेव्हा जगणं खरं होतं तेव्हा ती भ्रांतिका तुटते. पण जगणं खरं झालं तर ते पेलता येण्याइतका भरीवपणा आपल्यात नाही. नवऱ्याचा ब्लडग्रूप जुळला नाही म्हणून नणंदेच्या मुलात कायमचं व्यंग निर्माण झालंय. इथे हत्तीचं डोकं माणसाच्या शरीरावर आरोपित करणाऱ्या विज्ञानाच्या गोष्टी केल्या जातात. हे कोणतं विज्ञान, असं विचारताही येत नाही. आपले लगेचच अपमान होतात, संस्कृतीला तडे जातात, धर्म भ्रष्ट होतात. नैतिकता खालावते. स्विस बँकेत कोट्यवधी रुपयांचा काळा पैसा ठेवून, बलात्कार आणि भ्रष्टाचार करून, अत्याचार करूनही जी नैतिकता खालावत नाही ती लग्न नावाच्या चौकटीत फारच सूक्ष्म होते.

“तुमचे शहाळीवाले दिसले नाहीत हो गेल्या महिन्यापासून? गावी गेले काय?” तिनं सावंतबाईंना विचारलं.

एरवी अंगणात सामावून जाणाऱ्या सावंतबाई आता बँकेत काठापदराची साडी आणि कपाळावर मोठी लालबुंद टिकली लावून वेगळ्याच दिसतात.

“अगं त्याचं सगळं भलतंच झालं बघ.” त्या म्हणाल्या.

“काय झालं? ”

“त्या रामशरणची बायको त्याच्याबरोबर यायचा ना तो रामपुकार? त्याच्याबरोबर पळून गेली.”

“बापरे!” मिता चाटच पडली. ही एवढीशी दिसणारी, तीन मुलांची आई आणि हे एवढं मोठ्ठं धाडस! रामपुकारदेखील वेगळाच निघाला! आपल्याला तो किती बुजरा वाटायचा.

“रामशरणनं मागं आणली होती तिला आमच्या घरी तेव्हाच मला वाटलं होतं की ही बाई काय खरी नाही.”

“असं कशानं वाटलं होतं म्हणे?” मिता उपरोधानं विचारते. पण तो उपरोध मनापर्यंत पोहोचू देणाऱ्या सावंतबाई नाहीत.

“माझी नजर आहे. नेमकं कळतं तिला.” सावंतबाई सांगतात. मिता थकते. तिच्या सावंतबाईंच्या अंगणाच्या चित्रात या भलत्याच सावंतबाई येऊ घातल्यात काय, असं मनात येऊन.

“आपल्यासारखं नसतं गं यांच्यात. आमच्या खानदानात विचारशील तर बायका डोक्यावरचा पदर ढळू देत नाहीत. पण यांचं सगळं हलकंच असतं.”

“पण रामशरणची बायको तर नाकापर्यंत पदर घ्यायची. अगदी खानदानी.” मिता तिच्या थकण्यातून मार्ग काढते.

“नुस्त्या नाकापर्यंतच्या पदराचं काय? मुळात रक्तातच असायला लागतं ना!” सावंतबाई म्हणतात, “खरंतर अशांना ना भर चौकात चाबकानं फोडलं पाहिजे.”

“बापरे! सावंतबाई तुम्ही म्हणजे एकदमच रागावलात की! तुमची मनी काय म्हणतेय?”

मितानं विषय बदलला. सावंतबाईंनाही त्यांच्याच उन्मादानं काहीसं बिचकायला झालं होतं. नवऱ्याची आठवण अनेक वर्षांनंतर किंचित चमकून गेली होती मनात. त्या खरंच चाबकानं रामपुकार आणि रामप्यारीला भर चौकात फोडून काढताहेत असं चित्र त्यांच्या नजरेसमोर आलं होतं. आणि त्यांची मनी आणि तिची पाच पिल्लं

त्यांच्या पायाभोवती अलवार, मऊमऊ म्यांव आर्जवं करत लोबटाळताहेत असं आता. मितानं विचारल्यावर. त्यांना दोन्हीही चित्रं खूपच आवडली. मग मांजरांच्या चित्रात शिरत त्या म्हणाल्या, ''माझी मनी ना? भारी लुच्ची आहे. इतकं सांभाळतेय मी तिला आणि तिच्या पिल्लांना, पण ती इतकी तोऱ्यात असते ना!'' त्यांचा मगाचा तो संतापानं फुललेला चेहरा आता हसरा होतो.

मितालाही हुश्श होतं. कारण तिलाही दिसल्या होत्या सावंतबाई हातात चाबूक घेऊन रामपुकार आणि रामप्यारीची पाठ सोलून काढणाऱ्या. निदान कुत्र्यामांजरांवर प्रेम करता येतंय माणसांना हे बरंय म्हणायचं. प्रेमभावना तरी जिवंत राहते. मिता खिन्नपणे घरी येते.

चिन्मयीनं विज्ञान-प्रकल्पाचं काम घरी आणलेलं होतं. रामप्यारीची आठवण मनात नव्यानं ताजी होते. एवढीशी, नाकापर्यंत घुंघट घेतलेली रामप्यारी, तीन मुलांना सोडून रामपुकारबरोबर पळून गेली! ती चिन्मयीला म्हणते, ''तुझ्या विज्ञानाच्या प्रकल्पाला जागा करायची तर बाहुलीघर उचलून ठेवूयात आपण?'' चिन्मयी इतकी प्रकल्पमय झाली आहे की ती हो म्हणते. मिता तातडीनं बाहुलीघर खोक्यात घालून माळ्यावर टाकते. नव्या नव्या विज्ञान प्रकल्पांची यादी तिच्या डोक्यात आकार घ्यायला लागते. चिन्मयी आणि रोहन दोघांनाही गुंतवणारे कितीतरी धमाल प्रयोग तिच्या डोक्यात उमलायला लागतात.

# विस्मृतीचा स्पर्श

हॉस्पिटलच्या दाराशी उभं राहून तिनं पहिल्यांदा तिच्या भेदरण्याला स्वीकारलं. नियती म्हणावी तर मग त्याच्या कणखर विवेकाला खिजवल्यासारखंच झालं ना? भेदरून नाही चालणार. असेलही हे सगळं तर्कात न बसणारं; पण विपरीततेचा बाऊ करण्यात अर्थ नाही. त्याचा हात धरून तिनं पायऱ्या चढायला सुरुवात केली. डॉक्टरांशी फोनवर बोलून घेतलं होतं. गेल्याच महिन्यात ते म्हणाले होते की, डिमेन्शिया आहे. पण अचानक लँडस्लाईड झाल्यासारखा त्याचा मेंदू खचावा आणि एक गर्ता समोर यावी तसं आज घडलं. हे आता कसं बघायचं? काय काय विसरेल तो आता? आयुष्यभरातले बारीकसारीक अपमान मनात पक्के धरून सूड घेणाऱ्या माणसांमध्ये वावरण्याची तिची सवय. याच्याबरोबरची चर्चा आणि चिकित्सा. तीही कमालीच्या ऋजुतेनं आणि धारदारपणे. केवढा मोठा दिलासा होता तिच्यासाठी. पण आता हे. भयंकर. खरंतर तीही नव्हती का इतकीच असंबद्ध बोलण्याच्या आकांतात पोहोचलेली तो भेटला तेव्हा? समजत नव्हतं कसं बघावं माणसांकडे. प्रेम आणि राग एकाचवेळेस असायचे मनात. मग सततचा शोध आणि दुसऱ्याला समजून घेण्याचा प्रयत्न अपरिहार्य. बदलत नाहीत लोक. मद्दडासारखे स्वतःचं आहे तेच पकडून बसतात घट्ट, असा संतापही मनात. ‘‘समजत कसं नाही नीरज, कोणत्याही गोष्टीला इतके सगळे संदर्भ असतात ते? तुला पाहिजे ते आणि तेवढंच कसं करत राहतोस?’’ असं नवऱ्याला म्हणणं किंवा मग, ‘‘या धोरणातून

लोकांचंच नुकसान नाही फक्त, शेवटी आपलंही आहे ना? ज्यांच्या पैशांवर आपण उभे राहणार तेही उभे राहायला हवेत ना? साधी गोष्ट आहे.'' असं वरिष्ठांना म्हणणं; असं वारंवार घडायचं. ती पुन:पुन्हा समजावून सांगायचा, समजावून घ्यायचा प्रयत्न करायची. त्यानं लोक आणखीनच घट्ट साचेबंद व्हायचे. ज्यांच्या पैशावर विमा कंपन्या चालतात ते भक्कम उभे होते; पण ज्यांच्यात खरंच आपत्तींचा सामना करण्याची शक्ती नसते त्यांच्यासाठी विमा कंपन्या काय करणार होत्या? त्यांचा नफा वसूल करून बाकी सगळे चॅरिटीवर काय? मग त्यांच्या जगण्याच्या हक्काचं काय? सगळं फार गुंत्याचं आहे. सगळ्यांनीच कधी ना कधी शिकायला हवं होतं ग्रेसफुली एकमेकांना आधार देणं. हे रॅशनली बघता येतं. अहंकार बाजूला करता येतात. गोष्टी संदर्भांत बघता येतात. पण ते मान्य करण्याची तयारी नव्हती. सगळ्या घोंघावण्यात ती मोडून पडणार होती तेव्हा त्याच्याकडे गेली होती. तिच्या व्यक्तिगत दुःखाला सगळ्या संदर्भात कसं बघावं? तो एक मार्ग होता तिचं दुःख कमी करण्याचा. पण तरीही मनातली धग छातीत दाह करत राहते ते शरीर आपलंच असतं ना? तिचा हात हातात घेऊन तो काही म्हणाला होता. शब्द आठवत नाहीत आता पण त्याचा सुरकुतलेला हातही किती भक्कम वाटला होता तिला तेव्हा! साऱ्या समजेचा दिलासा एकवटला होता त्यात.

आजकाल असं होतंय. आपण केलेल्या गोष्टी चित्रस्वरूप मनात असतात; पण त्यातले शब्द निसटलेले असतात. चौकटीतून निसटून विस्तारत चाललेलं लॅन्डस्केप. ते इतकं विस्तारलेलं असतं, की आपला एक ठिपका झालेला असतो. आपले सगळे संदर्भ वेगळेच होतात. यालाही मग डिमेन्शिया म्हणायचं का? आपले संदर्भ निव्वळ व्यक्तिगत न राहण्याला? एक अस्तित्वबिंदू असतो आपला आणि तो विरायला लागतो असंख्य संदर्भांत. पण आपल्याला परतून त्या बिंदूकडे येता येतं. हा फरक असावा. तिला आठवतो त्याचा पंचाहत्तरावा वाढदिवस. त्याच्या त्या समृद्ध एकटेपणाची नुकतीच ओळख झालेली आणि तिच्या एकटेपणाची सुरुवात. भणंगपणा म्हणायचं का एकटेपणाला? आपल्याला एकटेपणाचं आकर्षण नव्हतं; पण त्याचं भयही नव्हतं कधी. तरीही आपलं म्हणणं का पोहोचू शकत नाही हा पराभव पचवता येणं अवघडच असतं. मग आपण ज्या वेगवेगळ्या सामूहिकतेत आपलेपणानं झगडत होतो त्याची निष्पत्ती काय? त्या सगळ्या उलघालीला शांत करतात त्या प्रतिमा, स्पर्श-शब्दविहीन-जे आज तिच्या साथीला आहेत. ती आणि तो त्या कोरेगाव पार्कमधल्या छोट्याशा गल्लीतल्या फ्रेंच रेस्तराँमध्ये बसले होते. संध्याकाळची ती धूसर वेळ. शेजारच्या झेन गार्डनमधल्या ओढ्याची खळखळ.

जुन्या ब्रिटिश काळातल्या असाव्या तशा घराबाहेर गारवेलीच्या भिंती केलेलं रेस्तराँ. सागवानी लाकडाच्या आणि बर्मीज वेताच्या पुरातन खुर्च्या आणि फोल्डिंग टेबल्स. फ्रेंच ऑनियन सूप आणि गार्लिक ब्रेडचा वास अजूनही नाकाशी रेंगाळतो. पण बोलणं काय झालं होतं? आठवत नाही. आठवते ती फक्त एक आश्वस्त असल्याची भावना. सहजी स्वतःला काय वाटतं ते म्हणता येईल आणि न चिडता ते ऐकून त्यावर धारदार विनोदानं काही म्हटलं जाईल... निखळ प्रेमातून एवढंच आठवतं. त्याचा वाढदिवस होता; पण तिला स्वतःलाच रिझवल्यासारखं वाटत होतं. पण ते नक्की काय काय होतं? शब्दांत? नाही आठवत शब्द आता. आपल्याला पण डिमेन्शिया झालाय. तो तसा व्हावा असं संतापातून तिनं किती वेळा इच्छिलं होतं. स्वतःच्या मेंदूच्या विचार करणाऱ्या पेशी वितळून जाव्यात असं. शब्दांची वज राखत नाहीत माणसं आणि नुसत्याच नातेसंबंधांच्या बाता करतात. माणूसपणाची प्रतिष्ठादेखील सांभाळत नाहीत तेव्हा नाहीच वापरू शब्द. पण प्रतिमा मात्र तशाच रुतलेल्या राहायच्या मनात. त्यांचे अर्थ शब्दांमधूनच स्पर्शायचे शब्द गळले तरी. निखळ प्रेमाचा तेवढा एकच स्पर्श आजही भोवती जाणवत राहतो. जगण्याची इरीशिरी संपून निव्वळ अस्तित्वाचं भान रेंगाळत राहतं.

तसंच काहीसं ती तेव्हा अनुभवत होती. तिला त्या काळात स्वप्न पडायचं. मळवलीच्या त्या देखण्या रेल्वेस्टेशनवर ती एकटीच असायची. पाठीशी भाज्याची लेणी पोटात घेऊन लोहगड उभा असायचा. पावसाळ्यातले ढगांचे लोट स्टेशनालाही वेढून टाकायचे. ती वाट पाहत असायची त्या आर्द्र धुक्यातून दिव्याचं दुधाळ वलय दिसेल म्हणून. रात्र कभिन्न. गाडीचा आवाज जवळ यायचा तशी भाज्याची लेणी तिच्याभोवती स्टेशनाच्या कडेला यायची. ती त्या गाडीच्या खाली शांत झोपलेली असायची. तिच्या शरीराच्या सपाट होत जाणाऱ्या चीवराचा धडपा त्या लेण्यांच्या जमिनीवर अंथरला जायचा. स्तूप चंदनानं लेपलेला. गवताच्या वाळलेल्या पेंढ्यांची बैठक अंथरलेली. सोनटिकलीच्या फुलांचे झुबके जिथून तिथून डोकावणारे. तिच्या केवळ वस्त्र झालेल्या देहालाही तिच्या स्मृतीचा गंध येत राहिलेला; नाहीतर तिची ती सोनटिकलीची फुलं कशी दिसत होती तिला? लेण्याच्या आत? आणि एक आवाज स्तूपाशेजारच्या खांबांवरची चिन्हं उलगडून दाखवणारा, त्याचं काय? चिन्हं राहिली आणि लेणी खोदणाऱ्यांची नावं? ती चिन्हं कोण्या अस्तित्वाचा स्पर्श होती. तिचंही अस्तित्व असायचं तिथे. तिच्या झोपेतही वाहणाऱ्या डोळ्यांमागे ते जाणवत राहायचं. या स्मृतीचा अर्थ काय? मृत्यूपल्याडच्या प्रदेशाची अशी ओढ खतरनाक. तिच्याकडे जायचं नाही. जायचं नाही. जायचं नाही.

''तुजं मढं बशिवलं मेल्या, तुजा मुडदा गाडला...'' असं म्हणत तळतळाट करणारी गावाकडची कमळी तिला कायम आठवायची. लहानपणी गावी जायची तेव्हा तोंडाला मिश्री लावत बसलेली कमळी घराबाहेरच्या उन्हात दिसायची. केसांचं टोपलं आणि काळेभोर दात. लाल नाहीतर केशरी नाहीतर एकदम हिरवं लुगडं नेसलेली. गावच्या गटारामागच्या सारवलेल्या अंगणात टाकलेल्या खाटेवर तिचा नवरा पडलेला असायचा. कुठूनकुठून काटक्या गोळा करून आणणारी, हिंडून पदराच्या टोकाला काहीबाही बांधून आणणारी कमळी त्या वेळेस का संतापली होती नवऱ्यावर आता आठवत नाही. पण अंगणात पाय पसरून बोंब मारत ती शाप देणाऱ्या कमळीची प्रतिमा अजूनही डोळ्यासमोर आहे.

आजीला विचारलं होतं तिनं, ''कमळीला काय झालं?''

आजी म्हणालेली, ''तिच्या नवऱ्यानं, तिनं चुलीमागं गाडग्यात ठेवलेले पैसे नेले असं वाटतंय तिला. तो दारुडा.''

''मग? नेले असतील ना?''

''असतीलही. पण कमळीचं सांगता येत नाही काही. तीही आठवणींचा खंदकच. आणि नेले तरी नवऱ्याला शिव्याशाप देऊन काय होतंय? आपल्याला आणि आपल्याच पोराबाळांना बाधायचे ते. नपेक्षा आपण आपले पैसे सांभाळावेत नीट. आपल्याच घराच्या कामी येतात.''

''तू सांग की तिला कसे सांभाळायचे ते.''

''आपल्याला काय करायचंय यशू? त्यांच्यात नवरा आणि बायको दोघंही एकमेकांना मारहाण करतात. तेव्हा आपण तसल्यांच्यात न पडलेलं बरं. वेड्यांचा बाजार नुसता.'' आजीचं खास शहाणपण.

म्हणजे फक्त बायकोनंच मार खाल्ला असता तर ती पडली असती काय त्यांच्यात? कमळीचा तो आकांत आणि शापवाणी अजूनही कानात घुमते. आजही शिव्याशाप देणाऱ्यांचा विश्वास वाटतो. जागोजागी लढताना आपल्याकडेही त्याखेरीज दुसरं काय होतं? आज काही करायचं म्हटलं तरी इतकं सगळं परकं होत जातं चटकन. मग ती शापवाणी आतल्या आकांतात मिसळते. आजी शांतपणे बाजूला उभी राहायची. तिच्या लेखी तो वेड्यांचा बाजार. पण हे असलं अर्धवट वेडेपण घेऊनच वावरत असतात ना माणसं? कितीतरी! त्यांना खरंतर जास्त कळत असतं त्यांच्या भोगण्यातून.

तिनं त्याला कमळीबद्दल सांगितलं होतं. तेव्हा तीही तशीच शाप द्यायची.

अगदी टीचभर रस्त्यावर वावभर जागा अडवून उभ्या असलेल्या पुतळ्यांनासुद्धा. शापवाणीत ताकद असतेच असे भ्रमही व्हायला लागलेले तेव्हा तिला. उदाहरणार्थ तिनं सणकून शिव्या घातलेला चौकातला पुतळा हलवला होता तेव्हा. आजही कमळीचा भसाडा आवाज गुंजत असतो कानात.

शाप देण्यात ताकद असते. तुमचा तळतळाट खरा असेल तर. असं ती म्हणाली तेव्हा त्यानं हसून म्हटलं होतं, ''शिव्याशाप द्यावेत मन हलकं करायला; पण एका माणसानं शाप देऊन जग कसं बदलणार? शाप हा भाषालंकार जरासा रंगीनच आहे. मंत्र म्हणून भरभराट होईल तशी शाप देऊन दुष्टपणाला शिक्षा होईल असलं काहीतरी मजेशीर वाटायला लागतं. मंत्र टाकून नाहीतर शाप देऊन माणसं चुटकीसरशी बदलतील नाहीतर संपतील असं भाबडेपण आपणच जपतो. बरंही असतं ते, आपल्याला तोशीस न पडता दुःख केल्याचं समाधान!''

तो पुतळा नव्यानं वाहनांना अडचणीत आणायला लागला, गणपतीचा मांडव उठल्यावर.

त्याचा सूर कायमच उपरोध, वैताग आणि प्रेम यांच्या गुंत्यात हरवायचा. 'माणसं' असं काहीतरी सामूहिक त्याच्या 'माणूस' नावाच्या एका प्रतिमेला सतत खिजवत राहायचं. हिची कमळी बघितली, की तिच्यामागचं आख्खं गाव त्याच्या मनात उमटायचं. रस्त्याच्या कडेची उघडी गटारं. गावातला सगळा वास त्यातून वाफा टाकत बाहेर पडायचा. गटारांच्या कडांवर पोरं हगायला बसलेली असायची. त्यांच्या हगवणीवरच्या माश्या घोंगवत त्यांच्या नाकावर, तोंडावर, खरजलेल्या पायांवर बसायच्या. झालं की पोरं तशीच उठून चालायला लागायची. आया भांड्यांची टरफलं चमकावून नदीवर पाणी आणायला आणि कपडे धुवायला गेलेल्या असायच्या. त्यांच्या श्रमसंपत्तीचं काय म्हणायचं? तिकडं टिंगऱ्या घासत नागडी पळत जाणारी ती पोरं ही राष्ट्राची संपत्ती नव्हती काय? त्याच रस्त्यांवर पाणपोईत ठेवलेल्या रांजणातून पाणी प्यायचे लोक. त्याच रांजणातून रस्त्यावर सोडून दिलेल्या भाकड गायी, बैल, टांग्याचे घोडेसुद्धा पाणी प्यायचे. पहाटे तीन वाजल्यापासून मरीआईच्या देवळात भजनं चालायची. गावाच्या वेशीबाहेर. लोकांची श्रद्धा होती मरीआईचं जागरण केलं पाऊस सुरू व्हायच्या आधी, की कोणतेच रोग गावात प्रवेश करत नाहीत. तो गाव सोडून गेला शहरात तेव्हाही हे सगळं दृश्य काळ्यापांढऱ्या रंगात त्याच्या मनात असायचं. त्याचं रंगीत चित्र करायला तो अजूनही धजावत नव्हता. हगवणीचे, पोरांच्या वाळलेल्या ढुंगणांचे, वाहणाऱ्या

नाकांचे रंग द्यावे लागतील म्हणून. रस्त्यात अजूनही पाणपोया होत्या. त्याचा मित्र पंढरीनाथ डॉक्टर होऊन प्रॅक्टिसला लागला तसा गावाशी इमान राखत महिन्यातून एकदा तिथं जायचा. दोन दिवस. त्याच्या दवाखान्यात यायचे डिसेंन्ट्रीचे, काविळीचे, टी. बी. चे पेशंट्स. संख्या घाबरवणारी होती. डॉक्टर म्हणताना त्याला ते चेष्टेनं घेता येणंही अवघड होतं. मग त्यांचा रात्रभर वाद चालायचा, आपला राष्ट्रीय रोग कोणता म्हणून. कावीळ, टी. बी. की एड्स म्हणून. पंढरीनाथ म्हणायचा, एड्सला पैसा उपलब्ध आहे म्हणताना त्याचा गाजावाजा. आणि पैसा का उपलब्ध? कारण सगळ्या लोकांच्या पोटापेक्षा काही लोकांचं झवणं सुरक्षित व्हावं यासाठी. खरे शत्रू आणि उपाययोजना बाजूलाच राहतात. गावाचं तंत्रही खुनशी. देवळं बांधतात पण गटारं झाकायला पैसा नाही की पाणीपुरवठा शुद्ध करायला पैसा नाही. सोन्याच्या धुरानं भारतवर्ष गुदमरून मरणार की टी. बी.नं एवढाच प्रश्न आहे. मंदिर सोडून चला असा हा पंढरीनाथच विनवतोय, पण जनता ऐकत नाही. तीच त्याला मंदिरात कोंबतेय पुनः पुन्हा. वैभवाच्या विकृत व्याख्या साल्या.''

पंढरीनाथच्या सुरात कित्येकदा तो असा हरवायचा तेव्हा ती त्याला सोडून द्यायची. त्याचा तोच परतायचा आणि तिच्यासमोर यायचा परत. तिच्या कमळी नावाच्या सेल्फपोर्ट्रेटमध्ये.

माणूस नीट बघावा लागतो हे तिचंही म्हणणं होतं खरंतर. पण तिच्या इवल्याशा संताप-दुःखातच लडबडत राहिलेलं. त्याबाहेर येऊन माणूसपणाचं अवघं लँडस्केप बघायचा त्यानं दिलेला वसा आता कसा सांभाळायचा? आता काय होईल? कोणाशी सगळं नीट बोलता येईल? कोणाला वेळ असेल? कोणाचा विश्वास वाटेल? बोलावं लागतं न संतापता. अधिकार गाजवण्याची ईर्ष्या आणि दुसऱ्याबद्दल हेवा वाटू न देता बोलावं लागतं. संपूर्ण खेदानं. तिनं त्याचा हात घट्ट धरला. त्याच्याकडे नीट बघितलं. पण त्याचा चेहरा नितळ हसला. उलट तिच्याच खांद्यावर थोपटत त्यानं तिचा हात ओढला. चल म्हणत. तो नक्की कोणाला चल म्हणतोय? आणि कुठे? त्याच्या फॅमिली डॉक्टरकडे त्याला घेऊन गेली होती ती मागच्या महिन्यात. त्यानंच म्हटलं होतं बरोबर चल म्हणून.

तेव्हा त्यांनी त्याला सांगितलं होतं, ''एकटे राहू नका आता. तुमची ही विस्मृती हा तुमच्या वयाचा दोष नाही निव्वळ. शरीर बिनसतंय.''

तिला त्याची प्रचिती आज आली खरी. ती चरकली फोनवर त्याचा बोलण्याचा संदर्भ सुटला तेव्हा. ''यशोधरा, जमेल तेव्हा येऊन जा. कहाण्यांची काही पुस्तकं

मागवली आहेत. साठ उत्तरं देतो आणि एकेकाच्या टोप्या उडवतो आता.'' ती त्या क्षणी हबकली होती. ही त्याची भाषाच नव्हे, टोप्या उडवतो? कहाण्यांची पुस्तकं? त्याचा काय संबंध? ही कोणती भाषा त्याच्या त्या बिनसलेल्या मेंदूतून वर येतीय? आपल्या आत किती काय काय असू शकतं हे नियंत्रण सुटल्यावरच कळतं. त्याचं स्वतःवर आणि स्वतःच्या आयुष्यावर इतकं नियंत्रण होतं!

तिला ते जाणवायचं. त्यानं स्वतःच्या मुठीत घट्ट पकडून ठेवलेलं त्याचं आयुष्य. फारसा बोलायचा नाही त्याबद्दल. हेच त्याला हवं असेल तर तसं. पण ते आतमध्ये घट्ट धरलेलं काय असेल? बरंच काही असणार, जगला आहे ८० वर्षं म्हणजे. आता तिनं तिच्या थरथरणाऱ्या संवेदनांमधून शोधक नजरेनं त्याचा चेहरा धुंडाळला. पण तो तसाच मऊसर हसत होता. त्याचं हसणं कायमच उपरोधाच्या चिरमिऱ्यांनी किंचित तिरकं ओढलेलं असायचं. तिच्या नकळत तिनं मानेला हलकासा झटका दिला. अलीकडे किती आससून शब्द वापरायचा तो. पाहतापाहता बोलण्यातून हे असे प्रासाद उभे करायचा. ती थकली होती त्याच्या त्या शब्दप्रभुत्वाला. त्याचा मुद्दा तो सहजी पटवून द्यायचा. त्याच्या म्हणण्यानं लोक भारावून जाऊन स्वीकारताहेत असं दिसलं की कधीकधी हिंस्रपणे म्हणायचा, आत्ता जे मांडलं ते तितक्याच प्रभावीपणे खोडून दाखवू? म्हणजे शब्द हा त्याचा खेळ झाला होता काय? आता वाटतंय की ती त्याची जीवघेणी धडपड होती काठ धरून ठेवायची. धारेला लागतोय असं त्याला कळत असावं. पण त्याचा खास चरचरीत उपहास, क्वचित वर येणारा, तोही तिला माहिती होता. एकदा तिनं त्याच्या डोळ्यांत डोळे घालत म्हटलं होतं, त्यात नवल काय? येईलच ना खोडता. असामान्य बुद्धिमत्ता आहे तुझ्याजवळ. पण तुझ्याजवळ निखळ करुणेनं द्रवणारं मनही आहे त्याचं काय करतोस? सामान्य लोकांचा कळवळा आहे म्हणतोस आणि त्यांना शब्दांनी खेळवतोस काय? तो चमकला होता. त्यानंतर मात्र तिच्याशी वागताना त्याचं मन आर्द्र होताना, शिवणी उसवून तिच्याशी जोडलं जाताना तिला जाणवलं होतं. त्याचा शब्दांचा हव्यास म्हणजे त्यानं उभ्या केलेल्या भिंती होत्या. इतक्या वर्षांच्या लढायांनंतर आलेला थकलेपणा लपवायला उभारलेल्या. हा निव्वळ पुरुषीपणा. थकलो आहोत असं बाईसमोर मान्य करायला आवडत नसणार. तिला राग यायचा. पण त्याच्यावर रागावूनही चालणार नव्हतं. तिला तरी न संकोचता थकायला दुसरं कोण होतं? इतरत्र निव्वळ लढायाच. तिनं त्याच्याकडे नव्यानं बघितलं. कळवळून मनात आलं, तुझं थकणं स्वीकारायला हरकत नव्हती माझी,

हे तुला का कळायचं नाही? तिचं कळवळणं कळल्यासारखा त्यानं तिचा हात घट्ट धरला होता.

सकाळी तिला बोलावण्यासाठी त्याचा फोन आला तेव्हा त्याचा आवाज वेगळा वाटला होता तिला. ती घरचं सगळं आवरून पोहोचली तेव्हा त्याच्या अस्ताव्यस्त झालेल्या खोलीत तो तयार होऊन बसला होता.

टोकाला टोक जुळवून रूमालाची घडी एका विशिष्ट कोनातच घालून शेल्फवर नीट लावून ठेवणारा तो. त्याच्या टीचभर स्वयंपाकघरातली चार भांडीदेखील विशिष्ट पद्धतीनंच मांडणारा तो. धुळीचा एखादा कणही इथे तिथे दिसलेला न चालणारा तो. आत्ताचा तो वेगळाच होता. त्याच्या शिस्तीनं त्यानं त्याचं आयुष्य सांभाळलं होतं. तो नेहमी म्हणायचा की, एक किमान रॅशनॅलिटी सांभाळा. ती तो शब्दांमधून सांभाळायचा. ते सहजपणे निरर्थक न करता. शब्दांना इतिहास असतो, भावनांच्या विस्फोटाआधी हे त्याचं ठाम म्हणणं. आपलं मन त्या शब्दांमधूनच घडलेलं असतं तेव्हा ते नीटच वापरले पाहिजेत. पण नीट म्हणजे काय? असं तिनं त्याला चिडवलं होतं. तुझा अर्थ मान्य करणं म्हणजे नीट? असंही.

पुस्तकांचं त्याचं प्रेम त्यांच्या अभेद्य मांडणीतून व्यक्त व्हायचं. तिच्या घरी आला तरी तिची सगळी शेल्फं व्यवस्थित आवरून, पुस्तकांवरची धूळ निगुतीनं पुसून, त्यांना त्याच्या तर्कशास्त्रानुसार नव्यानं मांडून मगच अंघोळीला जाणारा तो. त्याच्या सगळ्याच कृतींना त्याच्या मनातल्या आकाराचा आग्रह असायचा. ती त्याची मांडणी सहन करायची.

मग एकदा गरमगरम फुलके करून त्याला वाढताना ती म्हणाली होती, ''माझ्या पुस्तकांच्या मांडणीचं तर्कशास्त्र वेगळं असतं, ती लेखकांनुसार नाहीतर विषयांनुसार नसतात मांडलेली. तू लावतोस तशी. ती मी कोणाकडून आणलेली, कधी परत करायची, कोणाला द्यायची, कोणती कायम डोळ्यासमोर असू द्यायची, कोणती सलीलच्या डोळ्यांसमोर ठेवत राहायची अशा तर्कशास्त्राची असतात. तेव्हा त्यांना तसंच ठेवत जा. माझ्या इतक्या सगळ्या कामांमध्ये तू पुन्हा नव्यानं लावलेली पुस्तकं सापडवण्यात वेळ जातो माझा. त्यांच्यावरची धूळ पुसतोस हे खूपच मोठं काम आहे. पण म्हणून माझं सगळं उलथंपालथं करावंस असं नाही. तू फुलके करून मला खायला घालेस्तोवर तर नाहीच.''

ते त्यानं हसून मान्य केलं होतं.

मग तिची तिची मांडणी करताना त्याच्या तर्कशास्त्राची दखल तीही घ्यायला

लागली होती. अशा मांडणीतून पुस्तकं लवकर हाताशी येताहेत हेही तिला जाणवलं. म्हणजे एखादं जीवापाड जपलेलं पुस्तक सापडलं नाही, की ती कासावीस होत घर पालथं घालायची तसे प्रसंग कमी व्हायला लागले. त्याच्याकडे मागितलेलं एखादं पुस्तक जितक्या चटकन हाताशी यायचं तितक्या चटकन नाही, तरी साधारण अंदाज यायचा ते कुठं असेल याचा. मांडणीचं तर्कशास्त्र सतत उधळणं म्हणजे मनस्वी जगणं नव्हे हा ताजा झिरपा तिच्या आतल्या उदासीच्या डोहात मिसळला. आणि आता त्याच्याभोवतीची ही उलथापालथ. ती कळवळली. नीरज तिच्या आयुष्याची उलथापालथ करून निघून गेला होता तेव्हा ती अशीच बसली होती तिच्या अनुभवांचे तुकडे भोवताली घेऊन. नीरज गेला होता, पण एवढासा सलील बरोबर होता. संतापून आयुष्यच उधळून टाकायच्या तिच्या आवेशाला मग काहीसा सावरलेपणा आला. नीरजच्या नव्या आयुष्याला शुभेच्छा देण्याइतका.

त्याच्या हातांची पकड घट्ट झालेली आणि पायांची थरथर वाढलेली तिला जाणवली. हॉस्पिटलच्या पायऱ्या चढताना त्याला त्रास होत होता. तिनं त्याला आधार दिला. एरवी त्यानं संतापून झटकला असता तो आधार. मूल करू नकोस माझं म्हणत. पण आत्ता त्याची फक्त अगतिकता. त्यानं त्याच्या आयुष्याचा हिरिरीनं जपलेला स्वतःचा आकार पणाला लावणारी.

एका अमूर्त आकाराच्या शिस्तीनं त्याची पाठ कधी सोडली नव्हती. त्यानं कितीही निकरानं नम्र राहायचं ठरवलं असलं तरी. माणसं भेटायची, त्यांची जगणी कळायची, काहीच्या काही जगत असायची माणसं. बायकांचं जगणं तर त्यातही अवघड. मग त्याच्या मनातल्या आकाराला प्रत्यक्ष जगण्याचे धक्के बसायचे तेव्हा त्यांच्याकडे अतिशय उत्सुकतेनं आणि कुतूहलानं बघायचा. त्यानं रचलेल्या आकारात जास्तीतजास्त अनुभव सामावून घेताना ताण असह्य व्हायचा. आकारच बिनसतो आहे असं वाटायचं. मग चिडायचा. शिकवताना सिद्धान्त शिकवले खरे, पण प्रत्यक्ष जगणं त्या सिद्धान्तांना ओलांडून जातं. त्या जगण्याचं भावविवश भांडवल करू नये इतकंच आपल्या हातात. म्हणताना जगण्याच्या इतस्ततः वाहण्याबाबत न बोललेलं बरं. जेवढं सिद्धान्तात बसेल तेवढंच सांभाळावं. ते बरं पडतं. शहाणपण टिकवायला. मग तो त्याचा संतापू पाहणारा चेहरा ठीकठाक करायचा.

तिला मात्र त्याचं आतलं अजूनही ओल धरून असलेलं मन जाणवायचं. तिच्या तडतडणाऱ्या मनावर निगुतीनं पाणी शिंपून शांतपणे त्रासाची मुळं माती मोकळी करून बाहेर काढायला शिकवणारं.

तिला आठवायचे भरलेलं ताट फेकून देणारे तिचे सासरे. आवडीची भाजी केली नाही म्हणून. पण सासू ते सहन करायची. परत एकदा आवडीची भाजी करून वाढायची. सासू उठून चालती का झाली नाही? का सोसत राहिली असला उद्दामपणा? या प्रश्नांची मुळं कळली तरच ती उखडता येतील. हे त्यानं शिकवलेलं. आधी कळलं असतं तर सासूच्या घायाळ निष्ठेनं व्यथित होण्यात शक्ती वाया घालवली नसती. व्यक्तिगत निष्ठेला सामाजिक संकेतांचा धाकही असतो. आणि तो अगतिक करणारा असतो हे तिला उमगलं होतं आता सासूच्या आठवणींकडे बघताना. आपलं काय झालं? ती आपले मुडपलेले कोपरे उलगडून सरळ करू बघायची. त्यावरच्या स्वतःच मारलेल्या चूक-बरोबरच्या खुणा नव्यानं वाचायची. वाचन शिकवायला लागतं असं अलीकडे तिला फारच प्रकर्षानं जाणवायचं.

एकदा त्याच्याशी बोलता बोलता ती म्हणाली, ''सामाजिक संकेतांचा धाक मला जाणवला नव्हता फारसा, पण सारखं प्रेम करावंसं वाटायचं. अजूनही वाटतं. पण त्या प्रेमाचा पाया तुमच्या प्रेम करायच्या क्षमतेत नसतो. फायद्या-तोट्यांची विभागणी आणि अधिकारांची उतरंड इतकी चोख असते की त्याला धक्का लागू दिला जात नाही सहसा.'' एकदा सासऱ्यांचा दारुडा जावई, त्यांची कमालीची गांगरलेली मुलगी यांच्याबाबत आमचे वाद झाले.

मी म्हटलं, ''नवरा मारत असेल तिला तर ताबडतोब पोलिसात तक्रार करायला हवी. दहा वर्षं त्याचा मार खाते आहे ती? कशासाठी? बोलवा ना तिला आपल्याकडे. राहील इथेच. नाहीतरी तिचंही घर आहेच की हे.''

आता 'आपला' हा शब्द त्यांना खटकेल असं वाटलं नव्हतं मला. शिवाय लग्न झालेल्या मुलीला परत घरी बोलावणं- तिच्या हक्काच्या घरी असं म्हणणंही.

''माझं घर आहे मी ठरवीन.'' असं त्यांनी म्हटल्यावर ते कळलं.

पण त्यांना ठरवता येईपर्यंत त्यांच्या मुलीनं मारच खावा? तर हो. हुंडा देऊन, दोन्हीकडचा खर्च करून उजवली आहे तिला. तिची नोकरी आहे. आता तिचं तिनं ठरवावं. तिचा तो नवरा-फताड्या कानांचा. मोठेमोठे डोळे सतत गरागरा फिरवत बोलणारा. चिकटवलेल्या प्रत्येक नोकरीत बॉसला सुनावून बाहेर पडणारा. नणंदही सांभाळायची ऑफिसमधल्या बॉसला आणि घरातल्या या येडझव्याला. बोटं सिगारेट धरून धरून पिवळी पडलेली होती त्याची. ती समोर नाचवत त्याच्या बायकोला तिच्यासमोर एकदा म्हणाला, ''आयला, हिला सांगितलंय आपण, काय? ए, मुकाट्यानं काय म्हणतोय ते ऐक. एका भोकासाठी लग्न करतात सगळे पुरुष.

समजलीस का? तुमच्या नखऱ्यांसाठी नाही. हिचे नखरे आपण चालवून घेत नाय. कधीच. कारणं सांगायची नाहीत आपल्याला. काय?'' तेव्हा तिनं त्याच्या खाडकन तोंडात मारलेली. पण त्याची बायकोच भांडली होती तिच्याशी त्यावरून. तिच्या पातिव्रत्याला धक्का बसला होता. पातिव्रत्याच्या या अशा कल्पना का विसरत नाही आपण? सासू काही न बोलता वावरत राहायची. घरातल्या इतर कोणीही निर्णय घेतलाय असं नुसतं वाटलं तरी सासऱ्यांचा जो काही थयथयाट व्हायचा घरात तो अवाक करणारा होता. जितंजागतं माणूस घरात असेल तर ते म्हणणारच की काही. पण अवघड होतं त्यांच्यासाठी ते स्वीकारणं. ते आठवत ती म्हणाली, ''कोणीही आले माझ्याकडे तरी त्यांना वाटायचं आता त्यांना जागाच उरणार नाही घरात. मी त्यांच्या घरावर अप्रतिहत म्हणतात ना काय ती सत्ता प्रस्थापित करीन असं वाटायचं. काय ना हे? मग ते स्वयंपाकघरात बसून राहायचे ठाम. एक शिकले मी त्यातून, बाईला कुठल्याही संस्थेत डायरेक्ट लढणं अवघडच, पर्याय निर्माण करावेत हे बरं.''

त्याच्या अंगभूत कुचकेपणानं तो म्हणाला, ''मी त्या पर्यायांचा भाग म्हणायचा काय?''

ती हसून म्हणाली होती, ''होय. तुला हवं तर तुझा आकार पकडून ठेवायला तू माझा एक पर्यायी सासरा असं स्वतःला समजू शकतोस. सुनेच्या घरात फोन करून, परवानगी काढून, नम्रपणे जेवायला येतो असा!'' तिचा फटका झेलत त्यानं हसून तिला एक फटका मारला होता पाठीवर.

ओझरतं म्हणाला होता, ''त्यांना तुझ्यासमोर बसायला आवडत असेल.''

ती एकदम वळली. स्तब्ध उभी राहिली. त्याच्याकडे रोखून बघत. घट्ट सांभाळलेली नजर खाली वळवत म्हणाली, ''तेवढंही होतं असं वाटत नाही मला. सत्ता जाते आहे असंच सतत वाटत राहायचं त्यांना. सार्वत्रिक ऑब्सेशन.'' सासऱ्यांना माफ केल्यासारखं सैलावणारं हसू तिच्या चेहऱ्यावर आलं. म्हणाली, ''लग्न झालं ना तेव्हा मी माझ्या भोवतालच्या यच्चयावत माणसांच्या दुःखाचे थेंब माझ्या मनाच्या तळ्यात मिसळून टाकायची; परिस्थिती, हेतू, माहिती काहीही लक्षात न घेता. वाटायचं, सासऱ्यांच्या घरात राहते याबद्दल कृतज्ञता म्हणून त्यांना आपलंसं करायला हवं. पण मीही कष्ट करतेय त्यांच्या घरात याबद्दल कृतज्ञता त्यांनाही वाटायला हवी ना? नुसतं म्हणाले जरी असते ना शब्दानं तरी पुरलं असतं.''

जाताजाता म्हणाल्यासारखं करत तो बोलला, ''तुम्ही हे असं भाकड पुरवून घेता म्हणून बदलत नाहीत माणसं. कृतज्ञता ट्रान्स्लेट व्हायला लागते. नुसतीच

भावगर्भता उपयोगाची नाही. ते सहसा होत नाही. म्हणून सगळी युद्धं. बऱ्याचदा लॉपसाईडेड. लढायचं नसेल तर मग अगदी दुःखानं सोडून द्यावं लागतं आपलंच जग आपल्याला. काही न बोलता, न म्हणता.''

''हातात फक्त दुःख राहतं ना मग? नखांची चिरा पडून तुकडे होण्याची वेदना राहते तसं? नखं उभी चिरली गेली की ती तशीच चिरफाळत राहतात. तीक्ष्ण वेदना नखांच्या खालच्या हळव्या मांसावर कर्रकर्र उमटत राहते. दिसताना ना रक्त दिसतं ना वाहती जखम; पण सगळं शरीर वेदनेनं ताठरत शिरशिरत राहतं नुसतं त्या नखांना अवचित होणाऱ्या स्पर्शानं, अगदी आपल्याच अंगावरच्या कपड्याचा एखादा मऊसर धागा त्यात अडकला तरी तो सोडवताना पाणी वाहत राहतं डोळ्यांतून घळघळा. आणि चिरा संपल्या तरी त्या नखांवर उभे उभे धागे राहतात व्रणांचे. त्या वेदनांची आठवण करून देणारे. मग ते जग सोडलं असं कसं म्हणता येईल? हे सगळं मी माझ्या मनाच्या तळाशी घट्टघट्ट बांधून ठेवून दिलं आहे. परत एकदा मांडते आहे तुझ्यासमोर. गाठोडी खोलून. तेव्हा बरं वाटतं आहे. तो गाठोड्यांचा वास मोकळ्या हवेत विरतो आहे. बोलायला पाहिजेच ना रे? सांभाळायच्या असतात या सगळ्या गोष्टी आपल्याच शहाणपणासाठी तर निदान तेवढं तरी? बोलावं स्पष्टपणे, प्रामाणिकपणे. तेवढंही करत नाहीत लोक. कितीदा म्हणायची मी नीरजला बोल म्हणून.

''गोष्टी सांभाळायच्या त्या त्यांची सार्वत्रिकता तपासण्यासाठी. तशी नसेल मग ताबडतोबच स्वतःची वैद्यकीय तपासणी करून घ्यावी. म्हणजे हे निव्वळ आपलंच आजारपण नव्हे ना? शब्दांवर भर असतो आपला कारण तेवढंच हातात आहे. पण शब्द तसे मर्यादित. आता तुझंच बघ, शब्दांना पुस्तकात दिलेले अर्थ तेवढेच अर्थ आहेत असं मान्य केल्यासारखं बोलते आहेस. न बोलण्याची भाषा असते ना?'' तिचा संताप नीरज असा विषय आला की विसरला जातो का? अतीव दुःखानं तिचे डोळे विझतात. हे त्याचं त्यालाच रोखणारं निरीक्षण होतं. ''असते ना... तिच्याशीच तर लढत आले आणि हरतही. आपण ठरवून काही गोष्टी करू शकतो, त्यातली बोलणं ही एक, असं का नाही? शिवाय न बोलणं म्हणजे युद्धच असायला पाहिजे असं नाही ना? न बोलता कितीतरी वेगळे शब्द मनात उमलतात. केवळ सूडाची, केवळ लढायांची, केवळ धडा शिकवायची भाषा का सांभाळत राहायची मनात?''

त्याच्या लहानपणच्या आठवणींच्या सुगंधाचा दरवळ तो त्याच्या आई-

वडिलांच्या काळ्या-पांढऱ्या आणि आता पिवळ्या पडलेल्या फोटोफ्रेममध्ये बंद करून ठेवायचा. जुन्या चांदीच्या कुपीत चाफ्याचं अत्तर असावं तसा तो गंध, पिवळ्या पडत चाललेल्या आणि आता निःशब्द भुगा होत चाललेल्या पुस्तकांचा गंध असावा तसा तो गंध. तो तिच्या मनात बंद होता असं त्याला जाणवलं होतं. काळ सरळ रेषेत नसतो असं मानायला त्यानं ठाम नकार दिला होता. जाणीवपूर्वक. तो सरळ रेषेतच असतो असं मानायला हवं तरच जग बदलता येईल. पण हिच्यासारखा काळाचा चुकार पलटा भेटला की त्याचा ॲकॅडेमिक इंटरेस्ट वाढायचा. हे 'हेट द सिन नॉट द सिनर' शब्दशः उतरवणारी पुस्तकी बाई. लोकांना पाप चालतं प्रेम नाही, हे कळत असूनही. हिच्या विमा कंपनीतल्या नोकरीवर ही किती तगेल? कधी आणि कशी संपेल? कोणता विमा तिच्या कामी येईल? याची त्याला उत्सुकता. ती भाबडेपणातून आणि अज्ञानातून संपू नये इतकंच. नाहीतर परत एकदा भावुक प्रेमाचे देव्हारे माजवायला एक नमुना सापडायचा जगाला. तिचं संपणं तिला नीट कळावं. तिच्या स्वतःच्या जाणीवपूर्वक निर्णयातून घडावं इतकंच. खरं तर त्याचं तेच म्हणणं होतं, माणसांबद्दलची असोशी संपता कामा नये तरच राजकारणाला अमानुष होण्यापासून वाचवता येईल. पण राजकारणाला एक आकार असायचा तर निर्मम व्हावं लागतं, कुटुंबव्यवस्थेसारखं हेही खरंच. त्याचा शोध चालू असायचा. हे सामान्य जगण्यात कसं दिसतं याची त्याची उत्सुकता कायमच कुटुंबाच्या आकाराकडे खेचायची त्याला. कुटुंब हा शब्द वापरावा की नाही? हाही तिढाच होता खरंतर. एकटेपणाचा विलक्षण दरवळ त्याच्या जगण्यात भिनलेला. पण, एखादं व्रत घेतल्यासारखा तो जास्तीतजास्त माणसांमध्ये जायचा. बोलायचा. कंटाळा सांभाळत हसायचा. एकटेपणाला उन्मत्त होऊ द्यायचं नाही या निर्धारानं मिसळायचा. पण भेटलेल्या यच्चयावत माणसांचं कुटुंब करायला त्याचा मनस्वी विरोध. स्वतंत्र प्रज्ञेच्या माणसांचा संघ असावा. कुटुंब नावाची एकजीव घोटलेली भांग नसावी. त्याचे ओठ घट्ट मिटायचे. आई-वडील जगले तशा साध्या मनानं जगायला आता जागा दिसत नाही; पण अशा जागांचे आभास मात्र बोकाळलेत बरेच. सूडाची, धडा शिकवण्याची भाषा निरुपयोगी असली तरी लढायांना पर्याय नाही. हे तिला कळतंय बहुतेक. लढावं लागतं. तेही माणसांशीच. कारण पापं नाकारायची ठरवली तरी पापांना नाकारायचं तर पाप करणाऱ्या माणसाशीच लढायला लागतं. सगळं जग विस्मृती झाल्यासारखं जगत राहतं त्यामुळे पुन:पुन्हा त्याच लढाया लढाव्या लागतात. आधीच्या लढायातून काही शिकली माणसं तर निदान पुढं तरी जातील. त्याला विसरण्याचा विलक्षण राग होता. बुद्ध काही सांगत होता ते कुठं आठवतंय जगाला? पुन:पुन्हा

नव्यानं तेच तेच कवटाळत राहायचं. साधी उपेक्षाही करता येत नाही या विशोभितपणाची. व्हावीच विस्मृती सगळ्या जगाला. तरच घडेल काही वेगळं. संताप आणि करुणा दोन्हींना एकत्र सांभाळताना तो इतका थकला एका क्षणी की सगळा मेंदू कोरा झाला. आता शिल्लक होत्या त्या त्याच्या काळाच्या अपरिहार्यपणे त्याच्या मनावर उमटलेल्या चित्रांच्या, काही अजूनही पुसल्या न गेलेल्या रेषा. संपूर्ण चित्राचा आभास मेंदूत जागवणाऱ्या. हिच्यासारख्या.

त्याचा हात ओढत ती शेवटची पायरी चढली. यालाच हे का व्हावं? नेमका दावा साधल्यासारखा त्याचा मेंदूच उलथापालथीत का सापडावा? शिस्तीनं आणि नेमकेपणानं चिकित्सा करत जगणाऱ्या या आयुष्याला असं विस्कळीत का व्हायला लागावं? मनाचा आकांत होत होता तिच्या. तरीही त्याच्या त्या विस्कटलेपणाचं विखारी सौंदर्य ती उत्सुकतेनं पाहतही होती. त्याच्या डोळ्यातली ओळख हरवली होती. पण त्यात एक विशेष चमक भरली होती. उन्मुक्त. बंधनं सुटत चालल्यावरची. पिकासो, दालीचे ब्रश सपासप फिरावेत तशी जीभ चालवू शकेन अशा विश्वासाची. उंच निलगिरीच्या खोडावरची सालं वाळून उलावीत तसे त्याचे पाय उलले होते. वाळलेल्या जमिनीतून मुळं उघडी पडावीत, उकसून यावीत तशी पावलं. त्याचा दंड धरून आता ती त्याला डॉक्टरच्या केबिनकडे ओढत होती. पण त्याला डॉक्टरांचा उपयोग नाही हेही तिला माहिती होतं. त्याचं उन्मन होत हरवणं तिला जाणवत होतं. आत्ता तो पूर्णपणे हरवला होता. याचं मन शरीरासारखंच हरेल काय? शरीर हरतं आहे हे मनाला समजतंय का?

सुंदरतेच्या व्याख्या बदलायला जगाला भाग पाडणाऱ्या पिकासो, दालीच्या चित्रांची ओढ होती त्याला. हे असं जगाला वठणीवर आणता आलं पाहिजे असं वाटायचं. दालीच्या वास्तवाची भीषणता सर्वांत दाहक. त्याच्याकडे पेंटिंगजची पुस्तकं होती एक पूर्ण कपाटभर. अनेकदा शब्दांचा तिटकारा आला की तो ती चित्रं बघत बसायचा. त्या संध्याकाळी दालीची चित्रं मांडून बसला होता तेव्हा ती त्याच्याकडे गेली होती. मग तीही त्याच्याबरोबर चित्रांत गेली. तिचा अस्वस्थ, उत्सुक, चिंतेनं झाकोळलेला, ओठ घट्ट मिटून चित्रांच्या थक्क करणाऱ्या अतिवास्तवात झगडत झगडत शिरलेला चेहरा तो न्याहाळत होता. तिच्या चेहऱ्यावरचे खोल होत जाणारे भाव टिपत होता. संध्याकाळ गडद झाली तशी ती भानावर आली.

तो दिवा लावायला उठणार तेव्हा त्याला थांबवत म्हणाली, नको, नैसर्गिक उजेडातच चित्रं समजतात. तिनं दालीची ती शिथिल लोंबणारी, चपटी, एका मितीतली घड्याळं समोर ठेवली होती. कोणतेच संदर्भ नसलेल्या अव्याहत अनंताच्या पार्श्वभूमीवरची, काळाचे आभास गिरवलेली, ती वितळत चाललेली घड्याळं. कालगणतीच्या अट्टाहासाची भीषण अगतिकता! ती स्तब्धपणे पाहत होती. 'दालीच्या चित्रात वाळवंट अनेकदा येतं का?' ती स्वतःशीच बोलली. 'हा असा वैराणीचा, ओसाडीचा, सगळं अंतर्मन दग्ध करणारा अनुभव किती भयानक! काळदेखील विकल होतो वितळून.' तिनं तिचा गाल हातावर टेकवत विचारलं होतं, ''साधं, विना अहंकाराचं, साधं जगायला काय होतं? सारखं सगळं उद्ध्वस्त करत भयभीत हिंस्रपणानं कशाला जगायचं?''

तिनं गेरू लावलेल्या भिंतींवर काढलेली वारली चित्रांची नक्षी म्हणजे तिचा रोमँटिकपणा आहे, असं त्यानं तिला म्हटलं होतं मागेच. 'हे असं सगळं, साधं सामूहिक, सुंदर काही नसतं. समूह हिंस्र होतो.' इतकी हिंसा सोसतात बायका आणि तरीही इतक्या भाबड्या राहतात! अचानक त्याला तिच्याशी काही संबंध जोडता येईनासा झाला. हे असं व्हायचं त्याचं. सरळ चाललेली वाट अचानक मागे परतून यावी आपल्याला खिजवतं तसं. मग तो अलिप्तपणे ती मागे वळणारी वाट सोडून देऊन आपली वाटचाल सुरू ठेवायचा.

तो तिच्याकडे निश्चल नजरेनं बघत होता. दालीचं खिडकीतून समुद्राकडे बघत असलेल्या पाठमोऱ्या मुलीचं चित्र तिच्या पुढ्यात होतं. पूर्ण रिकाम्या चौकोनात एकच खिडकी आणि त्यावर टेकलेली एकटी पाठमोरी मुलगी. तिचा पाठमोरा उठाव डोक्यापासून पायांपर्यंत वळणावळणांनी ठाम उभा होता.

तिच्या आकृतीवर बोट ठेवत ती म्हणाली, ''हिच्यासारखं वाटतंय मला. समुद्राकडे बघत उभं असल्यासारखं. दूरवरून. ''

तो हसला. म्हणाला, ''तिच्या आकाराकडे नीट बघ. समुद्रच खोलीत आलाय.''

त्याचं निरीक्षण तिच्या मनात शिरलंच नाही.

ती भोवताली पसरलेल्या दालीच्या भयकारी वास्तवाकडे पाहत चाचरत म्हणाली, ''हे असं पाहिलं की वाटतं वारल्यांसारखे सरळ रेषांतले त्रिकोणी, चौकोनी, साधे, कोणीही काढावेत असे आकार बरे. कोणीही काढावेत असे. होय ना? हे तुझे दाली, पिकासो तुला, तुझ्यासारख्यांना उत्तुंग भराऱ्या वगैरे घ्यायला ठीक!''

ती दालीच्या चित्रांमधल्या त्याच्या निस्सीम एकटेपणाकडे विस्मयानं बघत होती.

तिच्या त्या सतत सामान्य जगण्याच्या ऑब्सेशननं तो वैतागला. काहीतरी चरचरीत बोलावं असं वाटलं. तिच्या जागी इतर कोणी असतं, तर त्याची जीभ परजून तो बोलला असता. पण तिला तो काही म्हणाला नाही. शिवाय आता तो दालीत होता. आणि मगाशी तिला पडला होता तसा त्यालाही आता तिच्या अस्तित्वाचा विसर पडला होता. दालीचा ख्रिस्त त्याला जमिनीकडे खेचत होता. ती खेच इतकी जीवघेणी होती, की असह्य करुणेचं वस्त्र त्याच्याही नकळत गळून पडेल असं कधीकधी त्याला वाटायचं. ज्या करुणेचं दान आपल्याला मिळालं आहे ते क्रूसावरच्या खिळ्यांसारखं पुन:पुन्हा इथल्या हिंस्त्रपणातच ठोकून ठेवतं आपल्याला हे सतत जाणवायचं. त्याला मग दूर जावंसं वाटायचं सगळ्या मानवी लडबडातून. तेव्हा दालीचीच पवनचक्क्यांना पंख्याच्या पात्यांसारखी कसून ठोकलेली फुलपाखरं आठवायची. शेजारून हातातला झेंडा उंचावत प्रत्येक पवनचक्कीला ठोकलेल्या फुलपाखरांसमोरून चालणारा विजयी माणूस आठवायचा. तो हताश होऊन पाहत राहायचा. त्याचे डोळे परके व्हायचे.

त्याच्या खोलीवरून त्याला इथे दवाखान्यात आणताना दमछाक झाली होती तिची.

त्यानं सकाळी तिला फोन केला होता हे तो विसरूनच गेला होता, डॉक्टरांकडे जाण्यासाठी. तिला दारात पाहून तो नेहमीसारखा फुलून हसला होता. मग टेबलाशी नेऊन त्याच्या पुस्तकांचा ढीग बाजूला करत त्यानं एक मोठा अल्बम समोर ओढला.

''बैस. गौतमनं अल्बम पाठवलाय. त्यानं अलीकडे काढलेले फोटो आहेत. बौद्ध लेण्यांचे. तुला द्यायचा होता. आपण गेलो होतो ना बेडस्याला, भाज्याला आठवतंय? त्या भेटींची आठवण, तुला माझ्याकडून. बौद्धपौर्णिमा ना आज? तुला आजच्या दिवशी भेट देऊन देतो.''

तिनं भिंतीवरलं कॅलेंडर बघितलं. अमावस्येचा काळा ठिपका आजच्या तारखेसमोर ठळक दिसत होता. पण समोरचा लेण्यांचा अल्बम पाहता काय फरक पडत होता? त्यानं पेनहोल्डरमधून पेन काढलं. त्यात रिफिल नव्हती. पेन्सिलचं टोक तुटलं होतं. पुस्तकांचा मेळ नव्हता. हे असं त्याच्या बाबतीत कल्पनेतही येऊ शकलं नसतं.

''मला वाटतं आपण आधी दवाखान्यात जाऊन येऊ मग अल्बमचं बघू.''

त्यानं तिच्याकडे बघितलं. अचानक तो हरवलाच. त्याचे डोळे विझले. त्याच्या डॉक्टरांनी सांगितलं होतं तिला की त्याचा भरवसा नाही. त्याला सलग

काही आठवेल याची खात्री देता येणार नाही. त्यानं खरंतर एकट्यानं राहायला नको होतं. पण त्याचाच हट्ट. कुठेतरी आपल्याला आलेल्या सगळ्या विस्कळीतपणाचं भान असावं त्याला. स्मृतीच्या उलथापालथीत या संवेदना शाबूत राहू शकतात? त्यासाठीच असेल त्याचा हट्ट? त्याचं हसणं, त्याचं बोलणं, भेदक, आरपार, कित्येकदा लागट; पण पुढच्या क्षणी कवेत घेणारं. तिचे डोळे भरून आले. पायातलं त्राण गेल्यासारखं झालं. ती त्याच्यासमोर खुर्चीवर बसली. तो गप्प त्याच्या त्याच्यातच. त्याला झोपेनं घेरलं.

थोड्या वेळात जागा झाला. परत हसला नव्यानं. ''अरे! कधी आलीस?''

तिनंही अवसान आणलं. ''आताच. मला अल्बम देतो म्हणाला होतास ना? तो घ्यायला आले.'' निदान हे तरी आठवेल का? ती त्याच्याकडे एकटक बघत होती.

तल्लख हसत त्यानं म्हटलं, ''हो हो, अगं इतका देखणा अल्बम आहे. हा बघ.'' त्यानं खुर्ची टेबलाशी ओढली. तो अल्बम तिथेच पडलेला होता. त्यानं परत एकदा ते रिफिल नसलेलं पेन घ्यायच्या आधी तिनं पर्समधून स्वतःचं पेन काढलं. ते त्यानं त्याच्या लांब, चौकोनी, सुरकुतलेल्या बोटांत पकडलं. अल्बमवर टेकवलं. हात थरथरत होता.

''लिहू का मी?'' तिनं विचारलं.

''नाही. नको. मला येतं.'' हे त्याचं नेहमीचं. कोणाची मदत नको असं. त्यानं पेन ओढलं. परत थांबला. तिच्याकडे बघितलं. परत अल्बमकडे बघितलं. पेन सावरलं. तिच्याकडे बघत विचारलं, ''नाव काय तुझं?''

मनात भूकंपानं पडझड व्हावी तसे कोसळण्याचे आवाज तिच्या मनात येत होते. कान बधिर झाले होते. डोळे पाण्यानं डबडबले होते. पण धीर गळून चालणार नव्हतं. ''यशोधरा.'' ती म्हणाली. त्यानं थरथरत्या बोटांनी ते नाव लिहिलं. खाली स्वतःचं नाव टाकलं. स्वतःचं नाव आठवतंय म्हणायचं. एक दिलासा की केवळ भीषण थट्टा? त्या नावात आणि आताच्या त्याच्या असण्यात काही संबंध उरला होता? पण अल्बम तर देत होता तिला, शिवाय फोनही केला होता तिलाच सकाळी. म्हणजे नाव नसलं तरी ती होती. त्या फोनच्या आकड्यांशी जुळलेलं तिचं अस्तित्व होतं. त्याच्या अस्तित्वाशी जोडलेलं अजूनही. तिनं त्याला उठवलं आणि हॉस्पिटलमध्ये आणलं.

''माझ्या नवऱ्याला मैत्रीण भेटली तिकडे.'' तिनं त्या दिवशी त्याला सांगितलं

तेव्हा त्यानं हातातलं पुस्तक खाली ठेवून दिलं. ती दुःखानं म्हणतेय का? अवघड होतं सांगणं. तिचा सूर जास्त चौकस होता. असुरक्षित नव्हता. त्याला उगाचच तसं वाटलं होतं. मग त्याच्यातला समाजशास्त्रज्ञ तल्लख झाला. तिच्या जात-वर्गातली मध्यमवयीन बाई आताच्या तिच्या वयाच्या टप्प्यावर नवऱ्याची मैत्रीण कशी स्वीकारेल? नवरा आपल्यापासून दूर जातो आहे असं म्हटल्यावर त्याच्या बायकोला असुरक्षित वाटायला पाहिजे, ही फारच पुरुषी मानसिकता झाली. तिच्या मानेवर पिनेत अडकवलेल्या केसांमधून निसटलेल्या बटा सरळसोट घालत गालावर येत होत्या. तिच्या पातळशा कमानदार भुवया डोळ्यांमधल्या एका आठीनं जोडल्या गेल्या होत्या. डोळ्यांमध्ये नेहमीचाच अर्धवट झाकलेपणा आणि उघडल्यावरचा स्वच्छ कुतूहलाचा भाव, हनुवटीवरचा खड्डा, गाल छिन्नीनं तासावेत तसा कोरीव घडणीचा, काहीसा उथळ  चेहरा, मान विचारात असल्यासारखी सदैव झुकलेली. ओठ काहीसे जाड पण रेखीव, हसताना विलक्षण निरागस दिसणारे. आव्हान दिल्यासारखे. त्याच्या पडलेल्या दातांमधून त्याची जीभ त्याच्या नकळत फिरली. खेदानं.

त्याच्या त्या चोख औचित्यानं तो म्हणाला, ''वा! छानच की.''

ती हसली. म्हणाली, ''हो ना. मला कधीपासून वाटत होतं की त्याला एक मित्र नाहीतर मैत्रीण मिळावी. नाही राहता येत एकट्याला. शब्द असतात ना डोक्यात ते बाहेर पडायला लागतात असं मी कितीदा म्हणायची त्याला. एकमेकांशी जोडलं जातो शब्दांनी. पण त्याला त्याच्या शब्दार्थांखेरीज इतर कोणतेच शब्दार्थ खपत नाहीत. वेगळे अर्थ सांगितले की घट्ट ओठ मिटून घेतो. लग्नाला वीस वर्षं झाली आमच्या; पण जसे आमच्या दोघांचे शब्दार्थ वेगळेवेगळे आहेत याची जाणीव झाली तसा तो बोलायचा बंद झाला. मी खूप आटापिटा करायची तेव्हा सरळ उठून तिकडे गेला. तेव्हाच मी म्हटलं होतं त्याला की, त्याला झेपेल अशी एखादी मैत्रीण शोध म्हणजे त्याचे शब्द मोकळे होतील. आता मला खूपच उत्सुकता आहे तो कसा वाढतोय त्याची!''

त्यानं किंचित डिवचत विचारलं, ''स्वतःला सामान्य समजतेस कायम. हे तुझं सामान्यपण काय? तो कसा वाढतोय म्हणणं? तू थोरबिर नाहीस असं म्हणतेस ना? मग तो खुरटलेला, तुला पेलू न शकणारा, असं कसं म्हणता येईल तुला? त्याला झेपेल अशी मैत्रीण म्हणजे काय?''

तिनं चिमट्यात धरलेलं चहाचं पातेलं खाली ठेवलं आणि त्याच्याकडे बघितलं. क्षणभर निशांत. मग हसली. म्हणाली, ''खरंय. नको असं म्हणायला मी.

नाही म्हटलं तरी राग आहेच अजून मनात माझ्या, नाही का?'' मग स्वतःशीच बोलल्यासारखी म्हणाली, ''त्याचं गप्प बसणं हेही बोलणंच होतं खरंतर. अगदी निग्रही. संतापलेलं. माझंच चुकलं खरं. पण तुला सांगू, त्याला मैत्रीण मिळावी असं मला केव्हापासून खरंच वाटत होतं. सगळं आयुष्य असं संतापात धुमसत राहणं बरं नाही ना? तो चांगला आहे मनानं, म्हणजे दुष्ट नाही.''

तो आणखीनच तल्लख झाला. दुष्ट नाही इतकाच निकष पुरला होता का हिला लग्न करताना? हुंडा दिला नाही म्हणून जाळलं नाही याबद्दल कृतज्ञ वाटत होतं की काय हिला? त्याच्या कपाळावर ती हिंस्र अठी उमटली.

मानलेली मुलगी, मानलेला बाप असल्या भंपकपणात फसणारा तो नाही असं त्यानं आधीच मोकळेपणानं कबूल केलं होतं स्वतःशी. कोणत्याही इंटरेस्टिंग बाईशी बोलताना तो ती काळजी कायमच घ्यायचा. त्याचा असा व्यापक अनुभव होता की बायकांना सगळ्यांची मुलं करून टाकायला आवडतात. अथांग मातृत्व भावनेतून. निदान म्हणायला तरी. त्याखाली काय काय असतं याचा तळ ढवळायचं धाडस करायला लागतं. ते सहसा त्या करत नाहीत. हे आईपणाचं गारुड जरा दूर करायला हवं. नाती स्वच्छ होतील. बायकाही सुटतील आणि पुरुषही. तुम्ही मूल होऊ नका आणि माझं मूल करू नका हे बजावूनच मैत्रीत पडायचा त्याचा नियम. तिलाही सांगताना ते स्पष्ट केलं होतं त्यानं.

'एका स्वतंत्र प्रौढ स्त्रीशी स्वतंत्र प्रौढ पुरुषाचे जे नाते असते त्या मैत्रीच्या नात्यातून तो तिच्याकडे येतो, असं त्यानं सांगितल्यावर ती हसली होती. म्हणाली होती,' 'बघू या, तुझा हा समानतेचा पवित्रा किती टिकतो ते.' तिला आणखी एक नवरा अजिबात नकोय एवढं त्यानं लक्षात ठेवलं तरी पुरे. इतक्या नकळत नवरामधला 'व' गळून पडतो. नर एवढी एकच ओळख ते जपतात! शिवाय मनात आई खोलवर सांभाळलेली असते ते वेगळंच. सारखं लहान मुलासारखं कौतुक करून घ्यायचं असतं. मूल व्हायला सोयीनं आवडतं पुरुषांना. हे दोन्हीही टाळून आणखी काही होता येतं पुरुषांना? ती हसून म्हणालेली.

आणि एकदा तो आजारी पडला. सणकून ताप भरला. डोळे निखाऱ्यासारखे फुलले. डोक्यातून वाफा येत होत्या. लोखंडी पात्यासारखी जीभ खणखण वाजत होती तोंडात, 'मी कोपऱ्यात पडून राहीन बरं वाटेपर्यंत. बाकी तुझं आईपण मला नकोय.' असं बजावून तो तिच्याकडे राहायला होता. तेव्हा प्रत्येक गोष्ट त्याच्याच संमतीनं त्याला करायला लावताना शरीर किती प्रकारे लालचावलेलं असतं आणि सुखावता येतं हे त्याला कळलं होतं. फक्त डोक्यावर थोपटत राहणं, पायांचे तळवे

हलके दाबून देणं, जिरं-तुपाची फोडणी, भाताचा वास, मेतकुटाचा वास, कपडे झटकून वाळत टाकताना येणारा ओला आवाज, काम करताना सहज गुणगुणणारा आवाज या संवेदना सुखावणाऱ्या होत्या. नितांत. हे त्याच्या त्या विकल क्षणी त्याला जाणवून गेलं होतं. पण अशा घरेलू स्त्रीपणाच्या अस्त्रांनी का लढावं तिनं? पारंपरिक पुरुषपण त्यानं बाजूला ठेवलं असेल तर पारंपरिक स्त्रीपण तिनंही बाजूला ठेवायला हवं. पण म्हणजे काय करायला हवं? शरीर महत्त्वाचं होतं त्याच्यासाठी. पण माझ्या अटींवर एकटा राहणार आहे अशा युद्धाच्या शिस्तीत वाढवलेलं. ते तिच्यासारखं सहजी स्वीकारता येतं हा त्याच्या खोलवर विस्मृतीत ढकललेल्या काळाचा गंध होता. तो गंध त्याची शिस्त विसविशीत करेल, असं त्याला वाटून गेलं. भावविवश होण्याची चैन करावी अधुनमधून असं तो तिरकस हसत तिला म्हणायचा तसं काहीसं. ती भावविवशता दाखवण्याची अगतिकता त्यानं नाकारली होती; पण ती गरज असू शकते हे त्याला मान्य होतं. असं व्हल्नरेबल होणं बरोबर नाही शरीराच्या अगतिकतेतून. तापाच्या ग्लानीनं त्याला डोळे उघडतानाही खूप कष्ट पडत होते. निखाऱ्यासारखे जळणारे डोळे उघडले की त्यातून घळाघळा पाणीच वाहायला लागायचं. अजिंठ्याच्या त्या मृत्यूपूर्वी विसावलेल्या बुद्धाशेजारी तो पडलेला आहे आणि बुद्धाची अर्धोन्मीलित नजर त्याच्यावर रोखली गेली आहे. त्याच्या अश्रूंना ती पिते आहे असं वाटून त्यानं बुद्धाच्या डोक्यावर हताशीनं स्वतःचं डोकं टेकलं. मग जेव्हा फुलक्यांच्या वासानं न मळमळता भरभरून खायची वांछा व्हायला लागली तेव्हा निकरानं उठून तो त्याच्या खोलीवर परतला होता. डब्याचं लावलेलं अन्न खाण्यासाठी.

तिलाही तो निग्रह जाणवला होता. हताशपणे मांडीवर हात घेऊन ती बसून राहिली होती, त्यानं त्याचा मुक्काम हलवला तेव्हा. साधी सुखं आहेत. तेवढं स्वीकारावं. ग्रेसफुली. तिनं म्हटलं होतं. तेव्हा त्यानं ते उडवून लावलं होतं. गरज होती तेव्हा राहिलोच येऊन. आता केवळ खाण्यापिण्याची कौतुकं करून घ्यायला राहायचं नाहीये. त्याचा तो निग्रह तिच्या कुतूहलातून ती पाहत होती. कशासाठी स्वतःला असं वेठीला धरायचं? तुझ्या वयाला काही गोष्टी दुसऱ्यांकडून हक्कानं मागता येतात. या वयात इतका कडवा स्वतंत्रपणा अपेक्षित नसतो. आपल्या नात्याच्या सभ्यतेत तर नाहीच. मग कशासाठी हे करतोस? या सरळ प्रश्नाला त्याच्याकडे उत्तर नव्हतं. मग हलकेच हसून सॉरी म्हणून तो गेला होता.

ती एकटेपणाला नाकारते आहे असं दिसत होतं. का येतो नीरज सारखासारखा तिच्या बोलण्यात, कोवळ्या दुःखानं तेही? इतकी सहज जगते आहे एकटी तरीही?

आपण समूहात राहायला नाकारतो दुःखानं तसंच. एकटेपणाचं भरगच्च आयुष्य परत मांडताना त्याला प्रश्न पडत होता, तिच्या नवऱ्याला अशी कोणती मैत्रीण मिळाली असेल जी हिच्यापेक्षा सुखद असेल? कदाचित हिच्या आतला न स्पर्शता येणारा स्वतंत्रपणा त्याला जाणवला असणार. जशी आपल्याला माणसांची ओढ वाटते हे तिला जाणवतं तसा. त्यानं तिच्याकडे ममतेनं बघितलं. जवळ घेऊन केसांवर हात फिरवत थोपटत राहावं असं वाटून. तिनं तोवर परत एकदा चहा गरम करून ओतायला घेतला होता.

त्याच्यासमोर चहाचा कप ठेवत ती म्हणाली, ''आता गेल्या काही वर्षांत वाटली नव्हती तेवढी उत्सुकता वाटतेय नवऱ्याला भेटायची. आतातरी तो त्याचा देखणा चेहरा सैलावून परत एकदा मोकळं हसेल. हसणं महत्त्वाचं, हसता येणं म्हणायचंय मला, होय ना?''

त्याचे डोळे आणि ओठांच्या कडा चिरमिऱ्यांनी भरल्या. पण आतमध्ये निव्वळ क्षुब्धता उसळत होती– तिच्या त्या निर्लेप लिप्ततेची आणि त्याच्या अनुभवांनी पक्व, सैलदेठी होत चाललेल्या शरीराचीही. आपल्याला अजूनही असोशी आहे शरीराची. स्त्रीदेहाची. पण ती वेगळी. म्हणजे काय? सकाम जगणं हे खरं जगणं हे आपण कधी नाकारलं नव्हतं. तेव्हा नितळ बुद्धिमान देहाची वांछा होणं, ती कबूल करणं हे ठीकच. पेलता यायला हवं आपल्याही देहाला इतकंच. चित्रं बघावीत तसं.

त्यानं तिचा हात सोडून दिला आणि तो हॉस्पिटलमधल्या बाकावर बसला. ती चटकन त्याच्याजवळ बसली. डॉक्टर यायला अवकाश होता. विजया ऑफिस सुटल्यावर येते म्हणाली होती. त्याच्या डोक्यात काय चाललं होतं? तिनं त्याला जाणवणार नाही अशा नजरेनं त्याच्याकडे बघितलं. त्याला ते कळलं. ''माझ्यासाठी चॉकलेट घेऊन ये.'' त्यानं तिला फर्मावलं. पण ती तिथून हलली आणि तो उठून चालायला लागला तर मग काय करायचं? सकाळसारखा तो विसरूनच गेला तर काय होईल? तिला प्रश्न पडला. तिनं सलीलला फोन केला. त्याची प्रॅक्टिकल्स संपायला वेळ होता. शेजारच्या मुलीला विचारावं का कॅन्टीनमधून घेऊन येतेस का चॉकलेट म्हणून? तिनं त्याच्याकडे बघितलं. त्याला डुलकी लागलेली.

डॉक्टरांच्या केबिनबाहेर टी.व्ही. सुरू होता. बातम्या. आम्ही सांगू तसं इथे राहता येत नसेल तर मुस्लिमांनी पाकिस्तानात जावं असं कोणीतरी म्हटलं होतं. पाकिस्तानतून अल्पसंख्यांकांची धर्मस्थळं पेटवल्याची दृश्यं होती. श्रीलंकेत बौद्धांनी हिंसा केल्याच्या बातम्या. परवाच कुठेशी वाचलेलं 'बुद्धिस्ट वॉर स्ट्रॅटेजी' असं काहीतरी विपरीत. म्हणजे बुद्ध कुणी आणि कसा संपवला? कोण कोणाला का

हाकलून देतं आहे याला काही तर्कशास्त्रच नाही उरलंय. तो म्हणायचा, 'सगळ्या तत्त्वज्ञानांना विस्मृतीत ढकललंय जगानं. नवीन निर्माण करायचं झालं तर मग जुन्याचा विसर पडून कसा चालेल?'

डॉक्टरांनी त्याला तपासायला घेतलं. त्याचा उंच, कृश बांधा, म्हातारपणानं तलम झालेली त्वचा, विरळ पण चेहऱ्याला महिरप करणारे केस, विसविशीत झालेल्या त्वचेतूनही जाणवणारे स्नायू, कुठेही ओघळलेपणा नाही, त्याच्या स्वभावासारखंच ताठ, मऊ शरीर. एरवी तिला पुरुष देहाची भीती वाटायची. सुरेख हसणारे ओठ, डौलदार आकारबद्ध बाहू, हिरवळीसारखी शरीरभर पसरलेली लव असं सगळं, बाई जवळ येताच केवळ एका ताठ, कडक, शरीर भेदायला उत्सुक असणाऱ्या टोकदार लिंगात कसे शिरतात? फक्त तेवढ्याच केंद्रात विलीन होत किती ताकदीनं सगळ्या देहाचा चोथा करतात. तिनं तिच्या नकळत तिची ओढणी छातीवर ओढली. नीरजशी झालेली भांडणं आठवली. आणि मग स्पर्शांना आलेला थंडपणा. सगळ्या संघर्षात स्पर्शाचं मोल द्यावं लागल्याच्या दुःखात तिनं तिची नजर वळवली. त्याची बाकीची तपासणी ठीक होती. कपडे घालून तो डॉक्टरांसमोर बसला. त्यांनी त्याला सहज म्हटल्यासारखं विचारलं, ''काय मग, काय म्हणतंय राजकारण? आपले पंतप्रधान काय म्हणताहेत?''

त्यानं त्याचं ते खास हसू चेहऱ्यावर आणत म्हटलं, ''आपले पंतप्रधान मोदी सध्या विदेश दौऱ्यावर आहेत. भारतात पाकिस्तानबद्दल चर्चा न थांबता चालू आहेत. इंग्लंडमध्ये कॉन्झर्व्हेटिव पार्टी सत्तेत आलीय. अमेरिकेत ओबामाच्या मेडिकल इन्शुरन्सच्या बिलाचे तीनतेरा वाजवायला रिपब्लिकन्स कसोशीनं प्रयत्न करताहेत. चीननं अमेरिकन अर्थव्यवस्थेला चांगलं पेचात पकडलं आहे.'' मग उपरोधानं भुवया उंचावत त्यानं पुढे काय? असा हात केला.

ती तोंडावर हात धरून डॉक्टरांकडे बघत राहिली.

ते हसत म्हणाले, ''गुड! तुमचं राजकारण मला कळत नाही, पण राजकारण्यांची आणि देशांची नावं तरी बरोबर आहेत. आताच्या क्षणी सगळं उत्तम आहे; पण पुढच्या क्षणी काय होईल ते सांगता येणार नाही. बाकी ब्लडप्रेशर वगैरे सगळं नॉर्मल आहे. पण यांनी सांगितलं तसं तुमचं भान गेलं असेल सकाळी तर एकटे राहू नका आता. औषधं देतो लिहून. त्यानं तुम्हाला सतत झापड आल्यासारखं होणार.'' तिनं त्याच्याकडे नजर वळवली. त्याचं भान सुटायला लागलं होतं काय? की डॉक्टरांना इरीशिरीनं भान सांभाळून दाखवल्याचा थकवा होता? तिनं अस्वस्थ होत दोघांकडे बघितलं. डॉक्टरही त्याच्याकडे बघत होते. त्यांच्याकडून प्रिस्क्रिप्शन

घेऊन ती बाहेर आली. विजयाचा फोन होता अर्ध्या तासात पोहोचते म्हणून. स्टेशनपर्यंत आली होती. तिचं कामाचं ठिकाण पार मांजरीला तिथून कोथरूडला हॉस्पिटलमध्ये पोहोचणं अवघडच होतं. त्याला बाकावर बसवून ती उभी राहिली काय करावं म्हणत. विजयाला घरीच बोलवायला हवं होतं का? त्याला झोप लागली होती. हा असा विस्मृतीत ढकलला जाणारा आणि तो नीरज तसा भविष्याच्या पतंगावर स्वार झालेला. वर्तमानात दोघांनीही तिला अंगठे धरून उभं केल्यासारखं वाटत होतं. बाकावर त्याला बसलेला सोडून ती थोडीशी बाजूला जाऊन उभी राहिली. वेगवेगळे रुग्ण. रिसेप्शन टेबलवरच्या फोनची खणखण. डॅाक्टर्स, आया, नर्सेस यांची येजा, पेशंट्स बरोबर आलेल्या नातेवाइकांचे अबोल चेहरे. शेवटी हेच सत्य. शरीर. नीरजबरोबर केलेल्या चर्चा, घातलेले वाद सगळे परत समोर उभे राहिले. त्यानं अचानक सुटल्यासारखं वाटलं. कोणाशी, कशावरून भांडतो आहोत ते ठामपणे जाणवणं किती मोलाचं होतं! ते सोडून दिले तरी आठवणं महत्त्वाचंच. नाहीतर विस्मृतीच्या अनंतात एक अव्याहत, निर्मनुष्य रस्ता, कोणत्याही संदर्भांखेरीजचा. मग मेंदू पूर्ण कोरा होत जाईल याच्यासारखा... तर? सोडून द्यावी ही लढाई? त्याला मोक्ष तर नाही म्हणत? हॅ! नाही. माणसांच्या त्याच त्याच वागण्यांनी परत परत घडत राहते स्मृती. पण तिला स्मृती म्हणायचं की सवय? निरर्थकतेची? पण सतत अर्थपूर्णच जगण्याचा अट्टाहास या अशा फार्समध्ये बदलतो. पहिल्यांदा शोकांतिका मग फार्स. तिच्या पायाला मुंग्या आल्या. चपलेतल्या चपलेत तिनं बोटं हलवली. तो गाढ झोपलेला बसल्याजागी. मगाशी डॉक्टरांशी झगडताना किती किती माहितीच्या तुकड्यांना त्यानं आवेशानं सांभाळलं होतं! मेंदू थकला असणार तेवढ्या आवेशानं. स्मृती गमावण्यानं अस्तित्व हलकं होत असणार, कापसाच्या भिंगरीसारखं. कुठेही तरंगत जात असणार. धरच नाही अस्तित्वाला काही म्हणताना. आपणही टाकून द्यावं का स्मृतींचं ओझं? वर्तमानाला सतत स्मृतीच्या दगडावर परजणं फारसं सुखावह नसतं. पण त्याला पर्याय नसतो, तो म्हणतो तसा.

आठवणी दडपून टाकता येतात? नीरज वेगळा आणि त्याच्या आठवणी वेगळ्या असं म्हणता येईल? तिनं किती जपल्या होत्या तिच्या आठवणी. एका अर्थानं विखार शांतवायला त्यांचाच उपयोग होतो. परत परत चटके बसलेल्या बोटांची आग व्हायचं थांबतं तसं. पोळ्या करत राहतो. सगळ्या साठलेल्या आठवणींनी निदान जमीन पायाखाली असल्याचं भान शिल्लक राहतं. कल्लोळांना अंगाखांद्यावर बाळगत आपण शांत होत जातो. आता त्या आठवणींचं अस्तित्व

तिच्या आत विरघळत गेलेलं. तिच्या आकांक्षांशी एकरूप होत गेलेलं. आठवणी कोणत्या आणि आकांक्षा कोणत्या हे हळूहळू संपत चाललेलं. तिला हात उंच करून विश्वाला हाक मारावीशी वाटली. पोटात गर्भाची जाणीव झालेली तेव्हाच्या विस्मयानं तिला अशीच हाक घातली होती. दोघांनाही–त्या गर्भाला आणि तिला–एकमेकांचं अस्तित्व जाणवलं होतं आणि तरी ओळख नव्हती. अवलंबित्व होतं पण माहिती नव्हती. हे असं शरीर आहे, पण विशिष्ट शरीर नाही याचं शारीर भान केवढं गुंतागुंतीचं असतं. चिकटलेलं अस्तित्वाला आणि तरीही मोकळं तरंगणारं. मी स्वतंत्र आहे म्हणणारं. नवीन काहीतरी नक्की घडेल असं स्वप्न बघायला लावणारं. तिनं त्याच्याकडे बघितलं. दाढीचे पांढरे खुंट त्याच्या चेहऱ्यावर बुरशीसारखे उभरले होते. काय करावं यानं? एकटेपणा नाकारण्याची किंमत मोठी की दुकटेपणा नाकारण्याची?

सलीलच्या वेळेस चौथ्या महिन्यापासूनच पावलांवर सूज यायला लागली होती. नीरज म्हणायचा पोहत राहा. व्यायामानं आपोआप कंट्रोल होईल सगळं. पण पाऊल उचलवायचं नाही इतकं जडशीळ झालेलं असायचं. सलीलही जड मातीचा. गर्भाशय सारखं त्याच्या वजनानं जडावलेलं जाणवायचं. कोणत्याही क्षणी पायांमधून खाली सांडेल असं वाटणारं. पुढे पुढे तर पाऊल उचलणं अशक्य व्हायला लागलेलं. नीरजचं म्हणणं एकच – हालचाल करत राहा. पाण्यात कदाचित सोपं जाईल चालणं. त्यानं तिच्यासाठी खास गरोदरपणात घालायचा स्विमिंग सूट मागवला होता. तिला एकदा घेऊन गेला होता तो तलावात. तिला धरून चालायला लावत होता. पण गार पाण्यानं पोटातलं बाळसुद्धा शहारत उडी मारायचं. मग पोटावर आतून झाडलेला त्याचा पाय पोटाच्या आतून टोकदारपणे रुतायचा. एक अशक्य अवघड टेंगूळ यायचं. ते नीट होईपर्यंत श्वास घेता यायचा नाही. रडू कोसळायचं. नीरज तिला चालवत राहायचा. एकदा सगळं असह्य होऊन ती बांध फुटून रडायला लागली होती. नीरजनं तिला काठावर आणली. तिनं त्याला ढकलून देत पोटातला वळलेला पाय संतापून आत दाबला. थंड पाण्यानं बधीर झालेले तिचे पाय एकदमच पेकले. ती खाली पडली. नीरजनं तिला उचलली. घरी आणून गरम कपड्यांत घालून, इलेक्ट्रिक पॅड्सनी गादी उबदार करत झोपवली, तिला खाऊ घातलं. पोटातली हालचालही थोडीशी सैलावली. तिच्या गालावरून, छातीवर हात फिरवत नीरज विसावला. छातीचा दाटलेपणा त्याच्या हातांनी अधिकच तरारला. नववा नुकताच सुरू झालेला. गेले चार महिने हे भलतंच दुखणं झाल्यासारखं शरीर सांभाळण्याचा तिला वैताग आला होता. हे सगळं टाकून मोकळं व्हावं, कुठला,

कोणाचा कसला स्पर्शही नको असं तटतटून वाटत होतं. कसलीही आठवण सुसह्य नव्हती. नीरजनं तिच्या पोटावर हात फिरवत ताण चाचपला. पोटाच्या नितळ त्वचेवर ताणून पडलेले चमकदार व्रण तो बोटांनी चाचपत होता. अप्रुपानं. मांड्यांपर्यंत पोहोचलेला तणाव तिला आता पेलत नव्हता. उताणं झोपलं तरी ते वजन पार कण्यापर्यंत जाणवायचं. कुशीवर झालं की पूर्ण गर्भाशय एखाद्या प्रचंड भोपळ्यासारखं शरीराला खेचत लटकायचं. तिला श्वास घ्यायला त्रास व्हायचा. उठून बसावं म्हटलं तरी ते पूर्ण वजन पेलत उठायला वेळ लागायचा. शरीर असं परावलंबी होत जाण्याची जाणीव अत्यंत त्रासदायक होती. नीरजचा हळुवार फिरणारा हात त्याच संतापातून झिडकारला होता. अगतिक शरीरानं मन नाही सांभाळता येत. नकोय ही जोखीम मला. नकोय. नकोय. पण मग अगतिक मनानं शरीर सांभाळता येतं? तिनं दमून त्याच्याकडं बघितलं.

तिला नव्यानं गरोदर राहावंसं वाटलं. एका अनिवार एकटेपणी. आता जरा शांतपणे अनुभवता येईल अस्तित्वाचं असणं म्हणून. बापाखेरीजचं. तिला स्वतःचंच नवल वाटलं. ऑफिसमध्ये बाया किती सदैव मुलाबाळांत लपेटलेल्या असतात म्हणून चिडायची ती. जरा कामाकडे बघा. रस घ्या. किती गोष्टी बदलता येतील. सरकारी नोकरीचे फायदे भोवताल बदलण्यासाठी असतात असं कितीदा म्हणावंसं वाटायचं तिला. तेव्हा हा भेटला. एक अहवाल लिहायचा म्हणून काही पुस्तकं मागायला ती त्याच्याकडे गेली होती. अलीकडे भविष्यात येऊ शकणाऱ्या आपत्तींचा विचार करत विमा उतरवण्याच्या योजनांचं पेव फुटलं होतं त्या संदर्भात तिला काही लिहायचं होतं. तिच्या मते त्याची जोडणी राजकीय धोरणांशी करायला हवी म्हणजे कोणत्याही धोरणांमागची भूमिका समजून घेत मग योजना आखायला हवी. केवळ एकेकट्या माणसाच्या असुरक्षितपणाच्या भावनेला वेठीला धरून योजना गळी मारण्यात अर्थ नाही. त्याचं त्याचं एक शास्त्र असलं तरी. वाढत्या उत्पन्नाबरोबर वाढणाऱ्या असुरक्षिततेचं शास्त्र. प्रत्येक घराची किंमत विम्याच्या रकमेशी जोडत काढलेले आलेख हे त्या शास्त्राचे खांब. ती म्हणायची, 'आपत्ती केवळ एकेकट्या घरांच्या नसतात. उदाहरणार्थ, संपूर्ण शेती आपत्तीत सापडली तर सगळा समाजच आपत्तीग्रस्त होईल. विम्याचं खाजगीकरण म्हटलं तरी आपत्ती संरक्षण योजनांमध्ये सरकारी योजनांशी सांधून घेता आलं तरच व्यापक फायदा होता, अन्यथा सगळीच अनागोंदी. त्यात मग निव्वळ कंपन्यांचा फायदा तरी कसा टिकणार होता? भरपाई चोख होईल यासाठी काय काळजी घ्यायची हेही खरंतर कंपन्या आणि सरकारी धोरणं यांच्या सहकार्यातून घडू शकतं. म्हणजे उत्पन्नावर आधारित असली तरी

व्यक्ती आणि समाज यांच्या सुरक्षिततेची एक समावेशक योजना बनवता येईल.' ८०च्या दशकात सरकारी विमा कंपनीतली बाई हे असलं काही करतेय म्हटल्यावर त्याची उत्सुकता जागी झालीच. तीही आव्हान घेतल्यासारखी त्या विषयात पडली होती. तिच्या आकडेवारीला मग एक दिशा मिळत गेली. जमिनीवर उभं राहिल्याची जाणीव त्याच्याशी बोलताना कधीच हलायची नाही. माणूस भोवती असल्याची जाणीव घट्ट उभी असायची. मग वाटायचं खरंच आहे, बदल होईल अशी आपलीआपण आशा बाळगत काम करण्याखेरीज हातात काय असतं नाहीतरी? नव्या कल्पना लढवणं आणि लढवत राहणं.

तिनं त्याच्याकडे बघितलं. त्याचा चेहरा स्मृतीच्या कोणत्याच खुणा दर्शवत नव्हता. ओठ दात नसलेल्या खळग्यात रुतले होते. भंगलेल्या शिल्पासारखा. त्याचं सरळ धारदार नाकही पाघळलेल्या मेणबत्तीसारखं वितळलं होतं. चित्रातल्या चेटक्याचं दाखवतात तसं. त्याचा चष्मा नाकावर घसरला होता. त्याला किती लाज वाटायची चष्मा बाळगताना ते तिला आठवून हसू आलं. सतत इथे तिथे काढून ठेवलेला चष्मा स्वतःच शोधून आणायचा. आता तो चष्मा लावायचाही विसरत होता. पण मग दिसत नाहीये नीट ही जाणीव मेंदूला होत नव्हती? तिला कुतूहल वाटलं. त्याला विचारायला पाहिजे, आता तो त्याला किती स्पष्ट दिसतं ते सांगेल का म्हणून. कदाचित वेगळेच प्रदेश दिसत असतील का याला? काळ जातच राहतो. थबकतो तो केवळ आपल्या अस्तित्वाच्या जाणिवांमध्ये. तीच संपली असेल तर काय? मृत्यूच!

तिचा मृत्यूचा शोध चालू असायचा. उदाहरणार्थ- झोपेच्या किती गोळ्या खाल्ल्यावर सहज मरण येईल. खरंतर खात्रीनं मरण येईल असा. सगळ्यात खात्रीचं मरण म्हणजे आगगाडीखाली येणं. तिनं माणसांचे क्षणार्धात झालेले तुकडे बघितले होते मुंबईच्या लोकलमधून प्रवास करताना. जगण्याच्या विलक्षण ताप चढल्यासारख्या उन्मादात जमेल तिथे अस्तित्वाला चिकटून राहात वावरणारी माणसं तिला अवाक करायची. गर्दीत लोंबकळतानाही जी जगण्याची लालसा त्या एका इंचावर पाय रोवू बघते, तेव्हा आपलं सुखातलं शरीर नाहीसं करायची भावविवशता तशी उपरीच. त्याच्याशी मैत्री झाली तेव्हा तिला ते कळलं होतं. त्यातून मग एलआयसीच्या जीवनज्योतीभोवती ती हातानं आडोसा करू बघत होती. हळदणकरांच्या बाईच्या चित्राला एक पर्याय तयार करायला हवा. म्हणजे मग ढणाढणा पेटलेला रॉकेलचा दिवाच आयुर्विम्याचं चिन्ह व्हायला हवं नाही का? किंवा मग गाठ सुटलेला गळफास- शेतकरी लावून घेतात तो. जेनेटिकली मॉडिफाईड

किड्यांबद्दलची बातमी वाचली तेव्हा तिची ही भावना तीव्र झाली. मागे बी.टी. कॉटनविरुद्ध आणि मॉन्सेन्टोच्या बियाणांविरुद्ध झालेल्या धरण्यांना ती गेली होती. भूमीवर केलेल्या या अतिक्रमणांना कसं रोकणार होते शेतकरी? म्हणजे आता जमीन ओसाड करणारी बियाणी, कीटकनाशकं वापरायची आणि मग कर्जबाजारी होत आत्महत्यांची वाट धरायची. शेतकऱ्यांसाठी विमायोजनेतून काही मार्ग काढता येईल का? कसा काढता येईल? दररोजच्या आत्महत्यांच्या बातम्या वाचताना तिच्या घशात श्वास गिळून टाकणारा पेस्टीसाईड्सचा ओशट दाट तवंग जमा व्हायचा. ज्यांना मदत करायची तेच इतके अगतिक की विचार करणं अशक्य व्हावं. या जागतिकीकरणात अधिकार गाजवणाऱ्यांचे इतके असंख्य तुकडे विखरले होते जगभर, की एकसंध न्यायासनाकडे दाद मागता येणंही अवघडच होतं.

अमेरिकेत नुकताच प्रबंध सादर करून आलेली प्रज्ञा सांगत होती, ''त्यांच्याकडे कायदेशीर, बेकायदेशीर यांच्यावर भयंकर ऊहापोह होतो. सगळ्याच तक्रारींना उपाय आहे अशी खात्री त्या लढाईत असते. पण हे सगळं त्यांच्या जागतिक राजकारणाच्या चौकटीत राहून. आमच्या सेमिनारच्या कीनोटला तिथलीच एक इतिहासाची प्राध्यापक आली होती. तिनं जगभरातील वंचितांवरच्या अन्यायाचा पाढा वाचला, पण मल्टीनॅशनल्सच्या हस्तक्षेपांना वगळून. ते कसे वगळता येतील? अन्याय खरेच होते; पण त्याच्या मुळाशी जबाबदारी कोणाकोणाची होती, हे नीट नको का पाहायला? तिनं भारतातल्या शेतकऱ्यांच्या आत्महत्यांचा उल्लेख केला. मी म्हटलं, जागतिकीकरण स्वीकारलं की त्याची जबाबदारीही स्वीकारायला हवी ना? जागतिक कंपन्या जर जागतिकीकरणाचा भाग म्हणून सगळ्या देशांत मुक्त संचार करायचा अधिकार घेणार असतील, तर त्या देशाच्या पर्यावरणाची, माणसांची जबाबदारीही घ्यायला हवी त्यांनी. म्हणजेच मग शेतकऱ्यांच्या आत्महत्यांचा उल्लेख तुम्ही करणार असाल, तर तुमच्या कंपन्या भारतात नक्की काय करताहेत, यावरही तुम्हाला लक्ष ठेवायला लागेल. त्या काय करतात हे खरं तर त्यांनाच सांगता येणार आहे; आपल्यापेक्षा जास्त खात्रीनं. आधी त्या कीटकनाशकांनी जमीन धुपवली. आता हे जेनेटिकली मॉडिफाईड किडे तयार करून पिकांमध्ये सोडणार कीटकनाशकं दूर ठेवण्यासाठी. हे मॉडिफिकेशन नक्की काय आहे? त्याचं ज्ञान हवं ना आपल्याला? नाहीतर मग देवीचे जंतू माखलेली पांघरुणं दिली होती ना रेड इंडियनांना तशातली गत व्हायची. काही भरवसा नाही. एकदा व्यवस्था चालवायची म्हटली की सततची युद्धं आली. नाहीतर मग मुकाट्यानं मरून जाणं आलं.''

तो अजूनही झोपलेलाच होता. हे असं सगळं ज्याच्यापाशी बोलता येईल,

केवळ मानवी अस्तित्वाच्या तटस्थतेतून, असं कोणी आता कुठे शोधू? तिनं डोळे मिटून घेतले. त्याचा हात घट्ट धरून ठेवला. त्याचा शुष्क सुरकुतलेपणा आणि झिजलेल्या त्वचेची तकाकी हातात घट्ट पकडली.

तो म्हणायचा, 'माफ वगैरे करा, पण माफ करण्याच्या परिस्थितीत असाल तर. नाहीतर माफीला काहीच अर्थ नाही.'

तिनं दुखावून म्हटलं होतं, 'आतून कळतात माणसांचे अहंकार तेव्हा आपण माफीच्या मनःस्थितीत असतोच ना?'

'दुबळ्यांच्या माफीला काही अर्थ नसतो आणि स्वीकारही नसतो. तो निव्वळ तुमचा पराभव मानला जातो.' त्याच्या त्या कटुतेला काय इतिहास होता?

तिनं शोध घ्यायचा प्रयत्न केला होता; पण त्यानं थांग लागू दिला नव्हता. 'दुसऱ्याची दुःखं आपल्या आत येतात तेव्हा ती असुरक्षितता कळते तिथे दुर्बलता संपत नाही का?'

'प्रत्येक जण आपल्या आपल्या दुःखाशी लढतच असतो. त्यातूनच तो जबाबदार बनतो. मैत्रीचा हात द्यावा, पण लोकांना असुरक्षित समजून लोकांना कशासाठी पंखाखाली घेता? तुमच्या करुणेचा पाझर सिद्ध करायला? मग कृतीची जबाबदारी कोण घेणार? लोकांना ही जबाबदारी घेता येण्यासाठी सक्षम करणं ही करुणा. नुसतंच दुःखाची अगतिकता जपत इमले बांधणार स्वप्नांचे? कशासाठी?' त्यानं एकदा त्याच्या क्वचितच निसटणाऱ्या तोलाला जाऊ देत विचारलं होतं.

ती चपापली होती. लोकांना उघडे नाही पाडत, आपणच उघडे पडतो. ते दुःख असतं. आपलंच. दुसऱ्याच्या अगतिकतेनं झालेलं. दुःख समोर दिसत असताना हे आपण दूर करत नाही याचं. आपल्याला त्या ताणाचा भाग व्हावं लागतं. शिवाय भय? त्या भयाचं काय करायचं? आपण करू पाहत असलेली मदत भयापोटी नाकारली जाते अनेकदा. स्वतंत्र आहोत आपले आपण की एकटे आहोत आपले आपण? काय म्हणायचं? एकटे आहोत हे भय. पुढे केलेला हात झिडकारणारं. स्वतःच्याही नकळत मदतीला आक्रमण समजणारं. कल्पनांमध्ये आधार शोधणारं. मग विसरायला होतात मैत्रीचे निखळ क्षण.

केवढा इतिहास असतो भयाला! सलील चार वर्षांचा होता तेव्हाची गोष्ट. त्याला सततच मरणाची भीती वाटायची. ती जन्मतःच सोबतीला घेऊन आला होता तो. नऊ महिने पूर्ण व्हायची उसंत न घेता गर्भाशयाचं तोंड अवेळी उघडलं आणि मग सलीलनं गडबडीनं पहिला श्वास गर्भाशयातच घेतला. तातडीनं हॉस्पिटलला हलवलं तरी परिस्थिती आवाक्यात राहते की नाही, असा ताण होता.

ती संतापून, उद्वेगानं योनी आक्रसून घेऊन, हताश प्रयत्नांनी वेणांना एक लय देण्याचा प्रयत्न करत होती. डॉक्टर सांगत होते तसं आत घ्या – ढकलाचा ताल साधण्याचा प्रयत्न करत होती. बाळ गुदमरतंय. सांभाळा, असं डॉक्टर सांगत होते. पण संतापानं आणि भीतीनं ते शक्य होत नव्हतं. ती किंचाळत म्हणाली सीझर करा. कापा, कापा माझं पोट. आधी बाळाला बाहेर काढा. आणि सलील बाहेर आला. निळा पडलेला. छातीत सगळं आतलं भरून घेऊन आलेला. तातडीनं त्याला काचेच्या पेटीत हलवलं. नळ्यांनी जखडलं. तिचा श्वास तिला मिळाला. त्याचं ओझंच व्हायला लागलं. तो इवलासा जीव तिथं मृत्यूशी झगडतोय, आपण देऊ केलेल्या आयुष्याला धरू पाहतोय, ते निसटणार नाही याची हमी मी कशी देऊ? तटतटलेल्या छातीशी कोण लुचणार? नीरजचा काळजीग्रस्त स्पर्श तिनं तिरमिरून नाकारला. ती आक्रंदत काचेच्या पेटीतल्या त्या जीवाकडे बघत होती. मुलांच्या डॉक्टर आल्या. त्यांनी तिच्या हातावर हात ठेवला. थोपटलं. तसं तिला रडू कोसळलं. त्यांनी तिला रडू दिलं. मग सिस्टरला पाठवून पंपानं स्तनातलं दूध कसं काढायचं ते शिकवलं. ते लगेचच सलीलच्या नाकातल्या नळीतून त्याच्या पोटात गेलं. ती पेटी हे तिचं गर्भाशय होतं. तिचे डोळे रात्रंदिवस तारवटून त्याच्याकडे बघत राहिले होते. दहा दिवसांनी तो त्या पेटीतून बाहेर आला आणि तिचा होणारा धो-धो रक्तस्राव थांबला. ती पेटी तिच्या खोलीतून हलली आणि सलील परत एकदा तिच्या पोटाशी आला. पण त्यानं तिच्या छातीला नाकारलं. अस्तित्व स्वतंत्र होण्याचा पहिला झटका. तो पिईना. त्याला तिच्या छातीशी पिणं गुदमरून टाकत होतं का? तो एक क्षण, पोटातल्या गर्भागारातल्या अंधाराचा, कोंडीचा, मृत्यूच्या स्पर्शाचा त्याच्या कायमच सोबतीला होता का? तो विस्मृतीत जाऊ शकत नव्हता का?

पुढे एकदा बागेत खेळताना त्याला वाळलेलं, झाडावरून खाली तुटून पडलेलं पान दिसलं होतं. ते पाहून तो तिला म्हणाला, ''हे म्हातारं झालंय?''

''का रे?''

''ते आजीच्या हातासारखं दिसतंय. ठिपक्या-ठिपक्यांचं, सुरकुत्यांचं.

''खरंच की.''

''मग ते मरणार? आजीसारखं?''

''हं.''

तो रडायला लागला. ''तूपण म्हातारी होणार? तूपण मरणार मग?''

तिनं त्याला झाडापाशी नेलं. त्याच्याभोवतीच्या आळ्यात अशीच कुजलेली

पानं पडली होती. माती होत चाललेली. तिनं त्याला म्हटलं, ''ही पानं आहेत ना त्यांची माती होऊन मग झाडात जाते आणि मग त्याची हिरवी पानं होतात.''

त्याचे डोळे चमकले? ''म्हणजे ते हिरवं पान म्हणजे वाळलेलं पान असतं?''

''हं.'' सलील शांतावला होता तेव्हा; पण तसाही तो उदासीचा स्पर्श त्याच्या व्यक्तिमत्वापासून पुरता निखळला नव्हता.

मरणाची स्मृती अशी कायमची कोरलेली असते जन्मतःच? की खरंतर जगण्याची स्मृती असते मरणाला? त्या हिरव्या पानांसारखी?

तिनं आताही त्याचा हात पकडलेल्या तिच्या हाताकडे बघितलं. तिच्या हातावरच्या नसा अलीकडे सहज उठून दिसायच्या. शिवाय अंगावर तपकिरी, काळसर ठिपकेही उमटायला लागले होते जागोजागी. स्किन स्पेशालिस्ट म्हणाले होते, चालायचंच वयाबरोबर. ओह! वयाबरोबर! मातीत मिसळायची वेळ येते आहे. आपलीही.

तिनं परत एकदा बाकावर झोपलेल्या त्याच्याकडे बघितलं. जगण्याची रसरसलेली ओढ त्याच्याच मैत्रीतून अनुभवली होती आणि आता हे जगणं असं सोडून देताना बघण्याची साक्षीही तिलाच व्हायला लागत होतं. विस्मृतीचा एक जीवघेणा स्पर्श व्हावा आणि सगळंच जगणं पणाला लागावं हे पेलायला ती सिद्ध झाली.

www.ingramcontent.com/pod-product-compliance
Ingram Content Group UK Ltd.
Pitfield, Milton Keynes, MK11 3LW, UK
UKHW021658190726
13853UKWH00001B/345

9 788184 836660